റേഡിയത്തിന്റെ റാണി
മദാം മാരിക്യൂരി

Nadakkavu, Kozhikode, Kerala
Tel:0495–4020666
www.insightpublica.com
e-mail: insightpublica@gmail.com
Radiyathinte Raani
Madam Marie Curie
Author: **C M Rajan**
(Malayalam)
First Edition: February 2024

ISBN 978-93-5517-455-0
Printed and Published by
Insightinpublica Printers & Publishers Pvt. Ltd.

ലഘു ജീവചരിത്രം

റേഡിയത്തിന്റെ റാണി
മദാം മാരിക്യൂരി

സി. എം. രാജൻ

INSIGHT PUBLICA®

ജനനം: മെയ്, 1961, സ്ഥലം: ചന്തേര, കാസർഗോഡ് ജില്ല. വിദ്യാഭ്യാസം: പൂന സർവ്വകലാശാലയിൽനിന്നും ആംഗലേയ സാഹിത്യത്തിൽ ബിരുദാനന്തര ബിരുദം. ഹൈദരാബാദിലെ അന്തർദേശീയ വിദ്യാഭ്യാസ സ്ഥാപനമായ വിസു ഇന്റർനാഷണലിൽ ഇംഗ്ലീഷ് പരിശീലകനായി പ്രവർത്തിക്കുന്നു. പ്രണയവും മൂലധനവും എന്ന കൃതിയുടെ പരിഭാഷയ്ക്ക് സാഹിത്യ അക്കാദമി അവാർഡ് ലഭിച്ചു.

മറ്റു കൃതികൾ: അസംബന്ധ പ്രബന്ധങ്ങൾ, ചന്തേര.

സാത്താന്റെ സുവിശേഷം, വിടവാങ്ങൽക്കുത്ത്, യേശുക്രൂശിതനാകുന്നു, പ്രണയവും മൂലധനവും, എലിനോർ മാർക്സ് (പരിഭാഷകൾ).

email: rajan.cm@gmail.com

സി. എം. രാജൻ

വിശ്വം പുതുക്കിവാർത്ത
വിസ്മയ മനീഷികൾ

നാളിതുവരെയുള്ള മനുഷ്യപുരോഗതിയുടെ മർമ്മസ്ഥാനം ശാസ്ത്രീയമായ അന്വേഷണങ്ങളും കണ്ടെത്തലുകളും അതിൻ ഫലമായുള്ള സാങ്കേതികവിദ്യയുടെ നിർമ്മിതിയുമാണെന്ന കാര്യത്തിൽ അധികം തർക്കങ്ങൾ ഉണ്ടാവാൻ സാധ്യതയില്ല. സാധാരണ പ്രകൃതി ജീവികളിൽ നിന്ന് മാനവിക ഭാവങ്ങളിലേയ്ക്ക് മനുഷ്യകുലത്തെ പരിവർത്തിപ്പിച്ചത് മനുഷ്യരുടെ അന്വേഷ ണങ്ങളും കണ്ടെത്തലുകളും തന്നെയാണ്. ഗുഹാജീവിതത്തിൽ നിന്നും കുതിച്ചുയർന്ന മനുഷ്യർ കൈയ്യെത്തിപ്പിടിച്ച നേട്ടങ്ങൾ ശാസ്ത്രജ്ഞാനം കൊളുത്തിവെച്ച വിജ്ഞാന വെളിച്ചമല്ലാതെ മറ്റെന്താണ്?

ശാസ്ത്രം കൊളുത്തിവെച്ച ജ്ഞാനത്തിന്റെ വെളിച്ചത്തെ ശാസ്ത്രജ്ഞരുടെ ജീവിതചിത്രണത്തിലൂടെ ആഖ്യാനം ചെയ്യുകയും ഓരോ ശാസ്ത്രജ്ഞരുടേയും ജീവിതത്തിന്റെ ഗതിവിഗതികളേയും കണ്ടെത്തലിനു പിന്നിലുള്ള കൗതുകകരമായ അനുഭവങ്ങളെയും ഈ പുസ്തകങ്ങൾ അനാവരണം ചെയ്യുന്നു.

പ്രതിഭാശാലികളായ ശാസ്ത്രജ്ഞരുടെ പ്രഭാപൂരമായ അന്വേഷ ണങ്ങളും കണ്ടെത്തലുകളും പുതുതലമുറകളിലേയ്ക്കു കൂടി പകരുക എന്ന ലക്ഷ്യത്തോടെയാണ് ഈ ഉദ്യമത്തിന് ഞങ്ങൾ തയ്യാ റായത്.

ഈ പുസ്തകം തയ്യാറാക്കിയത് സി.എം.രാജൻ ആണ്. അദ്ദേഹത്തിന് നന്ദി. അന്ധവിശ്വാസങ്ങളുടെ മൂടുപടം പതുക്കെ പതുക്കെ നമ്മുടെ നവോത്ഥാന മൂല്യങ്ങൾക്കും പുരോഗമനാത്മക ചിന്തകൾക്കും മേലെ മറവിരിക്കുമ്പോൾ ഈ പുസ്തകം ശാസ്ത്ര വിജ്ഞാനത്തിന്റെ ഒരു കൈത്തിരിയായിരിക്കും എന്നു ഞങ്ങൾ പ്രതീക്ഷിക്കുന്നു.

സുമേഷ് ഇൻസൈറ്റ്

1

മാരി ക്യൂരി(Marie Curie)യെക്കുറിച്ച് കേട്ടിട്ടില്ലേ? കേൾക്കാതിരിക്കാൻ വഴിയില്ല. മദാം ക്യൂരി അഥവാ മാഡം ക്യൂരി എന്ന പേരിലാണ് അവർ പൊതുവേ അറിയപ്പെടുന്നത്. ഇംഗ്ലീഷിൽ വനിതകളെ മാഡം എന്ന് വിളിക്കാറുണ്ട്. ഫ്രഞ്ചിൽ അവരെ മദാം എന്ന് വിളിക്കും. മാരി ക്യൂരി ഫ്രഞ്ച് മഹിളയായതിനാൽ മദാം ക്യൂരിയായി. മദാം മാരി ക്യൂരിയെ മാഡം മേരി ക്യൂരി എന്ന് വിളിച്ചാലും തെറ്റില്ല.

ആവർത്തനപ്പട്ടിക(Periodic Table)യിലെ രണ്ടാമത്തെ ഗ്രൂപ്പിലുള്ള ആറാമത്തെ മൂലകലോഹമാണ്, Ra എന്ന പ്രതീകരൂപത്തിലെഴുതപ്പെടുന്ന, റേഡിയം എന്ന് നമ്മളൊക്കെ പഠിച്ചിട്ടുണ്ടല്ലോ. റേഡിയമെന്ന പേരുകേട്ടാലുടൻ നമ്മുടെ അന്തഃരംഗത്തിൽ പൊങ്ങി വരുന്ന പേരേതാ? മാരി ക്യൂരി, അല്ലേ? റേഡിയം കണ്ടുപിടിച്ചത് അവരാണല്ലോ. ക്ലോക്കുകളും വാച്ചുകളും മറ്റു ഡയലുകളും ബാറ്ററിയില്ലാതെ തന്നെ ഇരുട്ടിൽ തിളങ്ങുമ്പോൾ നമുക്കറിയാം, അവയിൽ റേഡിയമുണ്ടെന്ന്. റേഡിയം ഡയലുള്ള വാച്ചുകൾ നമ്മളെത്ര കണ്ടതാണ്!

റേഡിയം എന്ന ഈ ലോഹം കണ്ടുപിടിച്ചതിന് മാരിക്ക് നൊബേൽ സമ്മാനം കിട്ടിയതായും നമുക്കറിയാം. എന്നാൽ, റേഡിയം ആദ്യം കണ്ടപ്പോൾ അതെന്താണെന്ന് അവർക്കൊരു പിടിയുമുണ്ടായിരുന്നില്ല. നല്ല ശക്തിയുള്ള ലോഹമാണെന്നേ അവർക്കു മനസ്സിലായുള്ളൂ. അലാവുദ്ദീന്റെ അത്ഭുതവിളക്കുപോലെ, പ്രകാശോർജ്ജം പ്രസരിപ്പിക്കുന്ന അത്ഭുതലോഹം; യക്ഷിക്കഥകളിലെ രത്നങ്ങളെപ്പോലെ, ഇരുളിൽ മങ്ങിയ പച്ചവെളിച്ചം തൂകുന്ന ലോഹം.

റേഡിയത്തിന്റെ കണ്ടുപിടുത്തം ലോകത്തെ വല്ലാതെ മാറ്റിമറിച്ചു-നല്ല രീതിയിൽ മാത്രമല്ല, ചീത്ത രീതിയിലും. അതൊക്കെ എങ്ങനെ സംഭവിച്ചുവെന്നറിയാൻ നമുക്ക് മാരി ക്യൂരിയുടെ കഥ അറിയേണ്ടതുണ്ട്. ആ കഥ തുടങ്ങുന്നത് വാസോ(Warsaw) യിലാണ്- പോളണ്ടിന്റെ തലസ്ഥാനമായ വാസോയിൽ.

പോളണ്ട് അന്നൊരു സ്വതന്ത്ര രാജ്യമായിരുന്നില്ല. അതിന്റെ അയൽരാജ്യങ്ങൾ അതിനെ മൂന്നായി വിഭജിച്ച് ഭരിച്ചു പോന്നു. റഷ്യയുടെ കീഴിലുള്ള ഭാഗത്താണ് മാരി ജനിച്ചതും വളർന്നതും. 1867 നവംബർ ഏഴിനാണ് മാരി/മേരി ജനിച്ചത്. മാരിയ സ്കൊഡോവ്സ്കാ (Maria Sklodowska) എന്നാണ് മാതാപിതാക്കൾ

അവൾക്കിട്ട പേര്. മാരിയ ചുരുങ്ങി മാരിയായി; ഇംഗ്ലീഷിൽ മേരിയായി. അവളുടെ അച്ഛനമ്മമാർക്ക് കുട്ടികൾ അഞ്ചായിരുന്നു. അവൾ അവരിലേറ്റവും ഇളയ കുട്ടി; ചേച്ചിമാരായി മൂന്നു പേർ; ചേട്ടനായി ഒരാളും. അമ്മ സ്കൂൾ പ്രിൻസിപ്പാൾ ആയിരുന്നു; അച്ഛൻ ശാസ്ത്രാദ്ധ്യാപകനും. അദ്ദേഹം, പിന്നീട്, സ്വന്തമായി സ്കൂൾ നടത്തുകയുണ്ടായി.

മേരിയുടെ നാട്ടിലെ ആൾവീഥികളിൽ എന്നും റഷ്യക്കാരായ പാറാവുകാർ റോന്തു ചുറ്റിയിരുന്നു. അവളുടെ അച്ഛനമ്മമാർ പഠിപ്പിക്കുന്ന സ്കൂളുകളിൽ അവർ കാവൽനിന്നു. ഈ റഷ്യക്കാരുടെ നിയമങ്ങൾ വളരെ കർശനമുള്ളവയായിരുന്നു: ആരും പോളിഷ് പാട്ടുകൾ പാടിപ്പോകരുത്; സ്കൂളുകളിൽ പോളണ്ടിന്റെ ചരിത്രം പഠിപ്പിക്കരുത്; അദ്ധ്യാപകരോ, വിദ്യാർത്ഥികളോ പോളിഷ് ഭാഷയിൽ മിണ്ടിപ്പോകരുത്; പാഠങ്ങളെല്ലാം റഷ്യൻഭാഷയിൽ മാത്രമേ പഠിപ്പിക്കാവൂ. മലയാളത്തിൽ പഠിക്കരുതെന്നും മിണ്ടരുതെന്നുമെന്ന നില കേരളത്തിൽ വന്നാലുള്ള സ്ഥിതിയൊന്ന് ആലോചിച്ചു നോക്കൂ!

മേരിയുടെ കുടുംബത്തിന് റഷ്യാക്കാരെ കണ്ണെടുത്താൽ കണ്ടുകൂടായിരുന്നു; അവർ അവരെ, അവരുടെ ചട്ടങ്ങളെയും, അത്രയ്ക്ക് വെറുത്തുപോയി. മേരിയുടെ അച്ഛൻ താനൊരു പോള ണ്ടുകാരനാണെന്നതിൽ അഭിമാനിച്ച ആളാണ്. അദ്ദേഹം തന്റെ കുട്ടികളെ സ്വരാജ്യത്തെ സ്നേഹിക്കാൻ പഠിപ്പിച്ചു; റഷ്യാക്കാരെ വെറുക്കാനും. മേരിയും കൂട്ടുകാരും നടന്നുപോകുമ്പോളെങ്ങാനും ഒരു റഷ്യൻ പ്രതിമ കണ്ടാൽ മതി, അപ്പോൾത്തന്നെ അവരതിനു നേരെ തുപ്പാൻ.

നല്ല ബുദ്ധിയുള്ള കുട്ടിയായിരുന്നു മേരി; നല്ല ജിജ്ഞാസയുള്ള കുട്ടി. നാലു വയസ്സായപ്പോൾ മുതൽ അവൾ അച്ഛന്റെ ചില്ലുകൂട്ടി ലിരിക്കുന്ന ശാസ്ത്രസാമഗ്രികൾ ഉറ്റുനോക്കി അങ്ങനെ ഇരിക്കും. അച്ഛനോട് അവൾക്ക് ആരാധനയായിരുന്നു. അദ്ദേഹം പറയുന്ന ഓരോ വാക്കും അവൾ ചെവി വിടാതെ കേൾക്കും. അദ്ദേഹമാ കട്ടേ, ഓരോ സംസാരവും ഒരു പാഠമാക്കാൻ പ്രാവീണ്യമുള്ള ആളായിരുന്നു. കളികളിലൂടെയാണ് അദ്ദേഹം കുട്ടികളെ ഭൂമിശാ സ്ത്രം പഠിപ്പിച്ചത്. അവർക്ക് ചെയ്യാൻ അദ്ദേഹം കണക്കുകളിട്ടു കൊടുക്കും; ഉച്ചത്തിൽ കവിതകൾ ചൊല്ലും. അദ്ദേഹത്തിന് അഞ്ചു ഭാഷകൾ അറിയാമായിരുന്നു. മേരിയും ആ ഭാഷകളിലെല്ലാം സംസാരിക്കാൻ പഠിച്ചു.

സ്കൂളിൽ തന്റെ ക്ലാസ്സിലെ ഏറ്റവും ബുദ്ധിയുള്ള കുട്ടി മേരി യായിരുന്നു. ഏതുത്തരവും അവൾ കൃത്യമായ് പറയും; അതും രണ്ടു ഭാഷകളിൽ - പോളിഷിലും റഷ്യനിലും. റഷ്യാക്കാരായ പാറാവുകാർ പരിസരത്തില്ലെങ്കിൽ അദ്ധ്യാപകർ അവരെ പറ്റിക്കും. അവർ പാഠങ്ങൾ പോളിഷ് ഭാഷയിൽ പഠിപ്പിക്കും.

ഒരിക്കൽ ഒരു റഷ്യൻ പാറാവുകാരൻ ക്ലാസ്സിലേക്ക് കടന്നു വന്നു. എല്ലാവരും പേടിച്ചരണ്ടുപോയി. പഠനം ഉടനടി പാറാവു കാരൻ മനസ്സിലാക്കുന്നതിനു മുമ്പ്, പോളിഷ് ഭാഷയിൽനിന്ന് റഷ്യൻ ഭാഷയിലേക്ക് മാറി. ക്ലാസ്സ് മുഴുവൻ സംസാരം റഷ്യൻ ഭാഷയിലേക്ക് മാറ്റി. പാറാവുകാരൻ നേരു കണ്ടുപിടിക്കരുതല്ലോ. കണ്ടുപിടിച്ചാലുള്ള ശിക്ഷ ഭീകരമാണ്. റഷ്യയിൽ ദൂരെദൂരെയുള്ള, തണുപ്പുകൊണ്ട് ചത്തുപോയേക്കാവുന്ന, ഒരു സ്ഥലത്തേക്ക്

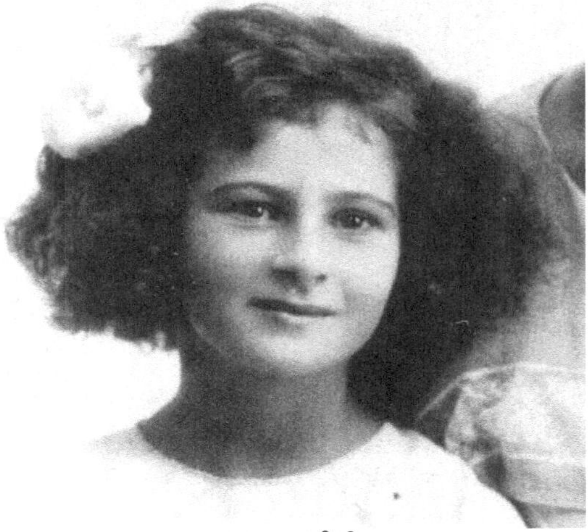

ബാല്യത്തിൽ

എല്ലാവരേയും നാട്ടു കടത്തും. സൈബീരിയ എന്നാണ് ആ സ്ഥലത്തിന്റെ പേര്.

പാറാവുകാരൻ എല്ലാവരെയും ഒന്ന് നോക്കി. അപ്പോൾ, അദ്ധ്യാപകൻ മേരിയെ വിളിച്ചു. അവളോട് ചില ചോദ്യങ്ങൾക്ക് ഉത്തരം പറയാൻ ആവശ്യപ്പെട്ടു. പാറാവുകാരനെ ഒന്ന് മയപ്പെടുത്താനാണ് അയാൾ അങ്ങനെ ചെയ്തത്. മേരിക്ക് ക്ലേശമൊന്നുമുണ്ടായില്ല. അവൾ എല്ലാ ചോദ്യങ്ങൾക്കും മണിമണിയായി ഉത്തരം നൽകി - റഷ്യൻ ഭാഷയിൽ. പാറാവുകാരന് എന്തു സന്തോഷമായെന്നോ! എന്നാൽ, മേരിക്കത്ര സന്തോഷമൊന്നുമുണ്ടായില്ല. അവൾക്ക് സങ്കടമാണുണ്ടായത്. താനെന്തോ രാജ്യദ്രോഹം ചെയ്തതുപോലെയാണ് റഷ്യനിൽ ഉത്തരം പറഞ്ഞപ്പോൾ അവൾക്കു തോന്നിയത്. റഷ്യാക്കാരെ അനുസരിക്കുകയെന്നാൽ പോളണ്ടിനെ ധിക്കരിക്കുകയെന്നാണല്ലോ അർത്ഥം.

മേരിയുടെ കുടുംബ ജീവിതം കഠിനമായിരുന്നു. അവളുടെ അമ്മ രോഗിയായിപ്പോയതാണ് ഒരു കാരണം. അവർക്ക് പിടിപെട്ട രോഗമേതാണെന്നറിയേണ്ടേ? ക്ഷയരോഗം-ട്യൂബർകുലോസിസ്. അക്കാലത്ത് അതൊരു മാരകരോഗമായിരുന്നു- ഇക്കാലത്ത്

മേരി ക്യൂറിയുടെ മാതാപിതാക്കൾ

ക്യാൻസർ എന്ന പോലെ. ക്ഷയരോഗം പിടിപെട്ടതോടെ അമ്മയ്ക്ക് വീട്ടു വിട്ടുനിൽക്കേണ്ടി വന്നു. സുഖം പ്രാപിക്കാനാണ് അവർക്ക് അകലേക്ക് മാറേണ്ടി വന്നതെങ്കിലും, വീട്ടിൽ മേരിക്ക് അമ്മയില്ലാതായി.

ഇതിനിടെ, കുനിന്മേൽക്കുരുവെന്ന പോലെ, മേരിയുടെ അച്ഛന് ജോലി നഷ്ടപ്പെട്ടു. അദ്ദേഹം പഠിപ്പിച്ചിരുന്നത് ഒരു റഷ്യൻ സ്കൂളിലായിരുന്നല്ലോ. റഷ്യക്കാർക്ക് അദ്ദേഹത്തെ ഇഷ്ടമായില്ല. അവർ അദ്ദേഹത്തെ ജോലിയിൽനിന്ന് പിരിച്ചുവിട്ടു. ശമ്പളമില്ലാതായപ്പോൾ കാശിന് ബുദ്ധിമുട്ടായി. എന്തു ചെയ്യും? അദ്ദേഹം ആലോചനയിലായി.

കാശുണ്ടാക്കാൻ അദ്ദേഹം, ഒടുവിൽ, ഒരു വഴി കണ്ടു. അദ്ദേഹം ഒരു ബോർഡിങ് സ്കൂൾ തുടങ്ങി. വീട്ടിൽത്തന്നെയായിരുന്നു സ്കൂൾ. നിത്യവും ഇരുപതോളം കുട്ടികൾ വീട്ടിൽ വരും. അവരിൽ ചിലരൊക്കെ അവിടെ താമസിച്ചു പഠിച്ചു. ചിലർ പഠനത്തിനു മാത്രമായ് വന്നു. കുട്ടികൾ വന്നതോടെ വീട്ടിലെന്നും ഒച്ചയും ബഹളവുമായി. ബഹളമുണ്ടായിയെന്നു മാത്രമല്ല, വീട്ടിൽ വൃത്തിയില്ലാതെയുമായി.

ആളുകളുടെ എണ്ണം പെരുകുമ്പോൾ മറ്റൊരു കാര്യം കൂടി സംഭവിക്കും - രോഗമുണ്ടാകാനും പരക്കാനുമുള്ള സാദ്ധ്യത കൂടും. മേരിയുടെ ചേച്ചി സോസിയ(Zosia) അങ്ങനെ രോഗിയായി. അവൾക്ക് പിടിപെട്ടത് ടൈഫസ് എന്ന രോഗമായിരുന്നു. അവൾക്ക് രോഗം ബാധിച്ചുവെന്നു മാത്രമല്ല, അവൾ മരിച്ചുപോവുകയുമുണ്ടായി. നാലുകൊല്ലം കഴിഞ്ഞപ്പോൾ, മേരിയുടെ അമ്മയും മരിച്ചു. ഇതിൽപ്പരം സങ്കടം മറ്റെന്താണ്? മേരി വിഷാദവതിയായി. അവൾ സങ്കടത്തിലാണ്ടു.

അവധിക്ക് സ്കൂൾ പൂട്ടാറായ കാലത്ത്, മേരിയുടെ അദ്ധ്യാപിക അവളുടെ അച്ഛനെ വിളിച്ചു വരുത്തി; മേരി മാനസിക സമ്മർദ്ദം അനുഭവിക്കുന്നുണ്ടെന്ന് പറഞ്ഞു. ഒരു പക്ഷേ, അവൾ വിഷാദരോഗത്തിന് കീഴ്പ്പെട്ടതാകാം. ഒരു കൊല്ലത്തേക്കെങ്കിലും മേരി സ്കൂളിൽനിന്ന് വിട്ടുനിൽക്കുന്നതല്ലേ നല്ലത്? അദ്ധ്യാപിക അച്ഛനോട് ചോദിച്ചു. അച്ഛനൊന്നും പറഞ്ഞില്ല. അദ്ദേഹം മേരിയെ ആ സ്കൂളിൽനിന്ന് മാറ്റി, ഒരു റഷ്യൻ സ്കൂളിൽ ചേർത്തു- കുറച്ചുകൂടി കർക്കശമായ നിയമങ്ങളുള്ള ഒരു സ്കൂളിൽ. മേരിയുടെ കുടുംബത്തിലാരുംതന്നെ പഠനത്തിലൊരു വിടവു വരുത്തിയവരല്ല.

1883-ൽ, മേരിക്ക് വയസ്സ് പതിനഞ്ചായപ്പോൾ, അവൾ സ്കൂളിൽ നിന്ന് പാസ്സായി- ഒന്നാം ക്ലാസ്സോടെ. സ്കൂളിലെ മികച്ച വിദ്യാർത്ഥിയായതിനാൽ അവൾക്കൊരു സ്വർണ്ണ മെഡലും കിട്ടി. അവളുടെ പഴയ സ്കൂളിന് അങ്ങനെയൊരു ഭാഗ്യമുണ്ടായില്ല.

മേരിയുടെ സ്കൂൾ വിദ്യാഭ്യാസം കഴിഞ്ഞപ്പോൾ, അവൾക്കിനിയൊരു ഇടവേളയാകാമെന്ന് അച്ഛൻ തീരുമാനിച്ചു. അവൾക്കും ഒരു വിശ്രമം വേണമെന്ന് തോന്നിയിരുന്നു. മേരിക്ക് വിവാഹപ്രായമായില്ലെന്ന് അച്ഛന് അറിയാമായിരുന്നു. അവൾ കൊച്ചുകുട്ടിയല്ലേ? ഇനിയെങ്ങോട്ടാണ് മേരിയുടെ ജീവിതയാത്ര? അവളെ കോളേജിൽ പറഞ്ഞയച്ചാലോ? അതിനു പണം ചുരുക്കമൊന്നും പോരാ. അത്രയും കാശ് അച്ഛന്റെ കയ്യിലില്ലായിരുന്നു. പിന്നെ, എന്താണൊരു വഴി? അദ്ദേഹം ഒരു വഴി കണ്ടു. നാട്ടിൻപുറത്ത് തനിക്ക് ബന്ധുക്കളുണ്ടല്ലോ. മേരിയെ അവരുടെ കൂടെ കുറച്ചുകാലം താമസിപ്പിക്കാം. അങ്ങനെ, മേരി നാട്ടുമ്പുറത്തേക്ക് യാത്രയായി.

2

നാട്ടിൻപുറം മേരിക്ക് നന്മകളാൽ സമൃദ്ധമായിരുന്നു. ജീവിതം അവൾക്കവിടെ സ്വപ്നം പോലെ സുന്ദരമായിരുന്നു. അല്ലലുകളും അലട്ടുമില്ലാത്ത, സ്വസ്ഥമായ ജീവിതം. അവളുടെ അമ്മാവന്മാർ സംഗീതത്തിൽ കമ്പമുള്ളവരായിരുന്നു. അവർ അവളെ നൃത്തവേദികളിലേക്ക് കൂട്ടിക്കൊണ്ടുപോയി; വീടുകളിലേക്ക് നല്ല നല്ല ആൾക്കാരെ വിരുന്നിനു വിളിച്ചു. മിക്ക ദിവസങ്ങളിലും രാത്രി വെളുക്കുവോളം സൽക്കാരങ്ങളുടെ ബഹളമായിരുന്നു. മേരി പലപ്പോഴും വൈകിയാണ് ഉറങ്ങാൻ കിടക്കാറ്. രാവിലെ കൊച്ചുകുട്ടികളെപ്പോലെ മുറ്റത്തും ഇറയത്തും കളിക്കും. ഊഞ്ഞാലാട്ടം, മീൻപിടുത്തം, വായന, കളികൾ ഇവയെല്ലാം അവൾക്ക് വളരെയേറെ ഇഷ്ടമായിരുന്നു. കാട്ടുപഴങ്ങൾ ശേഖരിക്കുന്നതും അവൾക്കൊരു വിനോദമായിരുന്നു. രാത്രിയിൽ അവൾ പാർട്ടികളിൽ പങ്കെടുത്തു. അങ്ങനെ പാർട്ടികളിൽവെച്ചാണ് അവൾ ഒരു പോളിഷ് നൃത്തം പഠിച്ചത്- മസൂർക്ക (Mazurka).

അങ്ങനെ കൊല്ലം ഒന്നു കഴിഞ്ഞു. ഈ ഒരു കൊല്ലത്തിലാണ് അവൾ സ്വാതന്ത്ര്യമെന്തെന്ന് അനുഭവിച്ചത്. സ്വാതന്ത്ര്യമറിയാത്തവർക്കല്ലേ സ്വാതന്ത്ര്യമെന്തെന്ന് അറിയാൻ പറ്റൂ? അവൾ പറഞ്ഞു:

"ജയിലിലാകുമെന്ന് പേടിക്കാതെ എനിക്ക് ദേശീയഗാനം പാടാൻപോലും പറ്റി."

ചെറുപ്രായത്തിൽ അവൾക്കേറ്റവുമധികം സന്തോഷം നൽകിയ കാലമായിരുന്നു അക്കാലം.

ഒഴിവുകാലം മേരി നന്നായി ആസ്വദിച്ചുവെന്നത് ശരി തന്നെ. പക്ഷേ, ഒഴിവുകാലം മാത്രമല്ലല്ലോ ജീവിതം. മേരിക്ക് പ്രായം കൂടി വരികയല്ലേ? അവൾക്കിനിയും പഠിക്കേണ്ടേ? ഇനി പഠിക്കേണ്ടത് കോളേജിലാണ്. അതിനുള്ള പ്രായമാണല്ലോ അവൾക്ക്. എന്നാൽ, ഒന്നിലധികം കുട്ടികളെ കോളേജിൽവിട്ട് പഠിപ്പിക്കാനുള്ള സാമ്പത്തികത്രാണി അവളുടെ കുടുംബത്തിനില്ല. അവളുടെ ചേട്ടനൊരാളുണ്ടല്ലോ, യോസേഫ് (Jozef)? അവൻ കോളേജിൽ, മെഡിക്കൽ കോളേജിൽ, പഠിക്കുന്നുണ്ട്. മേരിക്കും ചേച്ചിമാർക്കും അവരുടെ ഊഴം വരുന്നതും നോക്കി കാത്തിരിക്കുകയേ നിവർത്തിയുള്ളൂ. ഇതൊന്നും പോരാഞ്ഞ്, വേറൊരു കീറാമുട്ടി കൂടിയുണ്ടായിരുന്നു- വാഴ്സോ യൂണിവേഴ്സിറ്റിയിൽ പെൺകുട്ടികളെ കയറ്റില്ല! അപ്പോഴിനി മേരി എന്തു ചെയ്യും?

യാദ്വിഗാ ദാവിദോവ

അങ്ങനെ വിട്ടുകൊടുക്കുന്ന ആളല്ലാ മേരി. അടുത്ത ഒരു വർഷം അവൾ തന്നത്താൻ പഠിച്ചു. പക്ഷേ, അതവളുടെ പ്രശ്നത്തിനൊരു ശാശ്വതപരിഹാരമായില്ല. കാരണം, അവൾക്ക് താൽപ്പര്യം അച്ഛനെപ്പോലെ ആകാനായിരുന്നു - ഒരു ശാസ്ത്രജ്ഞനാകാൻ. അതിന് ശാസ്ത്രമാണ് പഠിക്കേണ്ടത്. ശാസ്ത്രം പഠിക്കണമെങ്കിലോ, അദ്ധ്യാപകർ വേണം; അദ്ധ്യാപകർ മാത്രം പോരാ, പരീക്ഷണശാലകളും ക്ലാസ്സുമുറികളും വേണം. തലവേദനകൾ ചുരുക്കമൊന്നുമല്ല.

മേരിക്ക്, പക്ഷേ, ഭാഗ്യമുണ്ടായി. അവളെ അവളുടെ സ്വപ്നം സാക്ഷാൽക്കരിക്കാൻ ഒരാൾ സഹായത്തിനെത്തി-കൗശലക്കാരിയായ ഒരു വനിത-യാദ്വിഗാ ദാവിദോവ (Jadwiga Dawidowa). പല പോളിഷ് പെൺകുട്ടികൾക്കും പഠിക്കാൻ ആഗ്രഹമുണ്ടെന്ന് ദാവിദോവയ്ക്ക് അറിയാമായിരുന്നു. പെൺകുട്ടികൾ കോളേജിൽ പഠിച്ചാൽ അത് റഷ്യൻ നിയമങ്ങൾ ലംഘിക്കലാകും; ശിക്ഷ കടുത്തതാകും. എന്നാലും വേണ്ടില്ല, പഠിച്ചേ പറ്റൂ എന്ന വാശിയുള്ള

സോർബൺ യൂണിവേഴ്സിറ്റി

കുട്ടികൾ പലരുമുണ്ടായിരുന്നു. ഈ വാശിക്കാർക്കു വേണ്ടി ദാവിദോവ ഒരു സർവ്വകലാശാല തുറന്നു-ഒരു രഹസ്യസർവ്വകലാശാല.

ആദ്യമൊക്കെ പാഠങ്ങൾ വീടുകളിലാണ് പഠിപ്പിച്ചത്. വാസോയിലെ സമർത്ഥരായ ശാസ്ത്രജ്ഞന്മാരും എഴുത്തുകാരുമാണ് ക്ലാസ്സുകളെടുത്തത് - അതും ശമ്പളം വാങ്ങാതെ. അവരുടെ രാജ്യസ്നേഹം അത്ര വലുതായിരുന്നു. കുറച്ചുകഴിഞ്ഞപ്പോൾ, യാദ്വിഗ ക്ലാസ്സുകൾ വലിയ വലിയ കെട്ടിടങ്ങളിലേക്ക് മാറ്റി. റഷ്യൻ പോലീസറിയാതിരിക്കാൻ അവർക്ക് ക്ലാസ്സുകൾ മാറ്റിക്കൊണ്ടേയിരിക്കേണ്ടി വന്നു. ഒരു സ്ഥലത്തുനിന്ന് മറ്റൊരു സ്ഥലത്തേക്ക് ക്ലാസ്സുകൾ പറന്നുവെന്നുവേണം പറയാൻ. താമസിയാതെ, ആ സർവ്വകലാശാല "പറക്കും സർവ്വകലാശാല"യായി-The Flying University.

മേരിയും, ചേച്ചി ബ്രോണിയയും ഈ പറക്കും യൂണിവേഴ്സിറ്റിയിൽ പഠിച്ചു. പക്ഷേ, അവർക്കൊരു തൃപ്തിയില്ലായിരുന്നു. പറക്കും യൂണിവേഴ്സിറ്റി എന്തായാലും ശരിക്കുമൊരു യൂണിവേഴ്സിറ്റി അല്ലല്ലോ. ശരിക്കുമൊരു യൂണിവേഴ്സിറ്റിയിൽ പഠിക്കാൻ അവരുടെ മനസ്സ് വെമ്പി. വാസോയിൽ അതു പറ്റില്ല. പിന്നെവിടെ പറ്റും? പാരീസിൽ ഒരു സർവ്വകലാശാലയുണ്ട്. സോർബൺ എന്നാണതിന്റെ

പേര്. യൂറോപ്പിലുള്ളവയിൽവെച്ച് ഏറ്റവും നല്ല കലാശാലയാണ് സോർബൺ. അതു മാത്രമല്ല, ആ സർവ്വകലാശാലയിൽ പെണ്ണുങ്ങൾക്ക് വിലക്കില്ല. ആർക്കും പഠിക്കാവുന്ന ഒരു കലാശാലയാണ് സോർബൺ.

പക്ഷേ, സോർബണിലായാലും പഠിക്കാൻ പണം വേണ്ടേ? വേണമല്ലോ. പണമാണല്ലോ മേരിയുടെ വീട്ടുകാർക്ക് ഇല്ലാത്തതും. മേരിയും ചേച്ചിയും കൂടി ഒരു കാര്യം ആലോചിച്ചുറപ്പിച്ചു. പഠിക്കാൻ പാരീസിലേക്ക് ആദ്യം ബ്രോണിയ പോകട്ടെ. മേരിക്ക് പഠിത്തം പിന്നീടാകാം. ബ്രോണിയ പാരീസിൽ പഠിക്കുമ്പോൾ മേരി പോളണ്ടിൽ പണിയെടുക്കട്ടെ; പഠിത്തത്തിനുള്ള പണം സമ്പാദിക്കട്ടെ. ബ്രോണിയയുടെ പഠിത്തം തീരുമ്പോൾ മേരിയുടെ ഊഴം വരും. അപ്പോൾ, അവൾക്ക് സോർബണിലേക്ക് പോകാം.

ഈ പദ്ധതി പ്രകാരം മേരി ഒരു ജോലി കണ്ടെത്തി. എന്താണ് ജോലിയെന്നറിയേണ്ടേ? ഗവർണ്ണസ്സിന്റെ ജോലി. ആരാ ഗവർണ്ണസ്? എന്താണൊരു ഗവർണ്ണസ് ചെയ്യേണ്ടത്? വലിയ

വീടുകളിലെ കുട്ടികളെ പഠിപ്പിക്കുന്ന സ്ത്രീയെയാണ് ഗവർണ്ണസ് എന്ന് വിളിക്കുക. വീട്ടിൽച്ചെന്ന് ട്യൂഷൻ എടുക്കുകയാണ് അവളുടെ ജോലി എന്നു പറയാം.

അങ്ങനെ, പ്രിയപ്പെട്ട വീടിനെയും അച്ഛനെയും വിട്ട്, മേരി യാത്രയായി-നാട്ടിൻപുറത്തെ വലിയൊരു പണക്കാരന്റെ വീട്ടിലേക്ക്. അവൾക്കവിടെ താമസിച്ച് പഠിപ്പിക്കേണ്ടിയിരുന്നു. പഠിക്കാനുള്ള കുട്ടികളിൽ ഒരാൾ, ഒരു പെൺകുട്ടി, മേരിയേക്കാൾ ഒരു വയസ്സിന് മൂത്തതായിരുന്നു - ഗുരുവിനേക്കാൾ പ്രായമുള്ള ശിഷ്യ!

മേരിക്ക് ജോലി ഇഷ്ടമായി. അവൾക്ക് സ്വന്തമായ് വലിയൊരു മുറി കിട്ടി. ഭക്ഷണത്തിനും യാതൊരു പഞ്ഞവുമുണ്ടായിരുന്നില്ല. പഠിക്കുന്ന കുട്ടികളുടെ മാതാപിതാക്കളാകട്ടെ, കനിവുള്ളവരുമായിരുന്നു. അവരവളെ കുടുംബാംഗത്തെപ്പോലെയാണ് കരുതിയത്. സൽക്കാരങ്ങൾക്ക് പോകുമ്പോൾ അവർ മേരിയെയും കൂടെക്കൂട്ടും. ഒഴിവുകിട്ടുമ്പോൾ അവൾ കണക്കും സയൻസും വായിക്കും.

ഒരു ദിവസം ഒരു സംഭവമുണ്ടായി. ആ സംഭവം മേരിയുടെ ജീവിതത്തെ വല്ലാതെ മാറ്റി. മേരി ആ കുടുംബത്തിലെ മൂത്ത മകനെ കണ്ടുമുട്ടി. കസിമേർസ് (Kazimierz) എന്നാണ് അയാളുടെ പേര്. പേരു ചുരുക്കി 'കാസ്' എന്നാണ് അയാളെ വിളിച്ചിരുന്നത്. കാസിയും മേരിയും പ്രേമത്തിലാകാൻ അധിക സമയമൊന്നും വേണ്ടി വന്നില്ല. പക്ഷേ, അവർ പ്രേമബദ്ധരായപ്പോൾ, അതു കാസിയുടെ വീട്ടുകാർ അറിഞ്ഞപ്പോൾ, കാര്യം ഗുരുതരമായി. മേരി വെറുമൊരു ഗവർണ്ണസല്ലേ? വെറുമൊരു ട്യൂഷൻ ടീച്ചർ? അങ്ങനെയൊരു പെൺകുട്ടിയെ വലിയ വീട്ടിലെ കുട്ടിക്ക് പ്രേമിക്കാമോ? പ്രേമിച്ചാൽത്തന്നെ കല്ല്യാണം കഴിക്കാമോ? പണക്കാരായ ഏതു മാതാപിതാക്കളാണ് അത് സഹിക്കുക? അനുവദിക്കുക? മേരി ബുദ്ധിമതിയാണ്, സമ്മതിച്ചു; വിദ്യാഭ്യാസമുള്ളവളാണ്, ശരി തന്നെ; പെരുമാറ്റവും മോശമല്ല. പക്ഷേ, അവൾ ഒരു ഭൃത്യയെപ്പോലെയുള്ളവളാണ് - ഒരു സേവിക. മകന്റെ ഭാര്യയായ് വരാനുള്ള യോഗ്യതയൊന്നും മേരിക്കില്ല.

അതോടെ മേരി സങ്കടത്തിലായി. തന്നെ ബഹുമാനിക്കാത്ത വരുടെ കൂടെ താമസിക്കുക, അവർക്കു വേണ്ടി പണിയെടുക്കുക - ഇതൊന്നും അവൾക്ക് സഹിക്കാൻ പറ്റുന്ന കാര്യമല്ല. എന്നാൽ, ബ്രോണിയയ്ക്ക് പഠിക്കാനുള്ള പണമുണ്ടാക്കേണ്ടേ? അതു വേണം താനും. അവൾക്ക് ജോലി കളയാൻ വയ്യാതെയുമായി. ഒന്നോ ഒന്നിലധികമോ കൊല്ലം അവൾ ജോലിയിൽ തുടർന്നു. ആ സമയ മൊക്കെയും അവൾ താൻ ചെയ്യുന്ന ജോലിയെ വെറുത്തു. മറ്റൊരു വീട്ടിൽ ഗവർണ്ണസാകാനുള്ള ഒരവസരം വന്നപ്പോഴാണ് അവളാ ജോലി വിട്ടത്. പക്ഷേ അവിടെയും അവൾ അധികകാലം പിടി ച്ചുനിന്നില്ല. അവൾ വീട്ടിലേക്ക് മടങ്ങി; പറക്കും കലാശാലയിൽ തന്റെ പഠനം തുടർന്നു.

കുറച്ചു കാലം കഴിഞ്ഞു. മേരിക്ക് പാരീസിൽനിന്ന് ബ്രോണി യയുടെ ഒരു കത്തു വന്നു- അവളുടെ പഠിത്തം കഴിഞ്ഞിരിക്കുന്നു. പഠിത്തം കഴിഞ്ഞതു മാത്രമായിരുന്നില്ല വിശേഷം; അവൾ വിവാഹിതയായിരിക്കുന്നു. അവളുടെ ഭർത്താവിന്റെ പേര് കേട്ടാൽ നമ്മൾ ഞെട്ടും; മേരി ഞെട്ടിയതു പോലെ. അയാളുടെ പേര് മേരിയുടെ ബോയ്ഫ്രണ്ടിന്റെ അതേ പേര് തന്നെയാണ്- കസിമേർസ്- കാസി- ബ്രോണിയയും അവളുടെ കാസിയും കൂടി മേരിയെ പാരീസിലേക്ക് ക്ഷണിച്ചു; അവരുടെ കൂടെ താമസിച്ച് സോർബണിൽ പഠിക്കാൻ.

3

1891 മാരിയ എന്ന മേരി പാരീസിലേക്ക് വണ്ടി കയറി. പാരീസിലെത്തിയപ്പോഴാണ് അവൾ തന്റെ പേരൊന്ന് മാറ്റിയത്. പോളണ്ടിൽ അവൾ മാരിയ ആയിരുന്നല്ലോ. പാരീസിൽ അവളത് ഫ്രഞ്ചിലേക്ക് മാറ്റി- മേരി. മാരിയ എന്ന പോളിഷ് പദത്തിന്റെ ഫ്രഞ്ച് പതിപ്പാണ് മേരി.

വണ്ടി പാരീസിലെത്താൻ ദിവസങ്ങൾ മൂന്നെടുത്തു. മേരിക്കാണെങ്കിൽ വണ്ടിയിലൊരു ഇരിപ്പിടം കിട്ടുന്നതിന് പണമില്ലായിരുന്നു. അവൾ കയ്യിലൊരു സ്റ്റൂൾ കരുതിയിട്ടുണ്ടായിരുന്നു. അതിലിരുന്നാണ് അവൾ മുഴവൻ സമയവും യാത്ര ചെയ്തത്. വണ്ടിക്കകത്താണെങ്കിലോ, ആളെക്കൊല്ലുന്ന തണുപ്പും. അവൾ കമ്പിളി പുതച്ച് തണുപ്പിനെ പ്രതിരോധിച്ചു. യാത്രയിൽ കഴിക്കാൻ ഭക്ഷണമൊന്നും കാര്യമായ് അവൾ കരുതിയിട്ടുണ്ടായിരുന്നുമില്ല. പിന്നീടുള്ള അവളുടെ ജീവിതത്തിലെ പ്രയാസങ്ങൾ നോക്കിയാൽ, ഇതൊന്നും വലിയ പ്രയാസങ്ങളായിരുന്നില്ല. കഷ്ടപ്പാടുകൾ ശരിക്കും വരാനിരിക്കുന്നതേയുള്ളൂ. പക്ഷേ, കഷ്ടപ്പാടുകൾ മേരിക്ക് പുത്തരിയല്ലല്ലോ. അവൾക്കതൊക്കെ പുല്ലായിരുന്നു. തന്റെ സ്വപ്നങ്ങളുമായ് ഒത്തുനോക്കുമ്പോൾ കഷ്ടപ്പാടുകൾക്കെന്ത് പ്രസക്തി?

പാരീസ് നഗരം

സ്വപ്നങ്ങളാകട്ടെ പൂവണിയാൻ തുടങ്ങുകയാണല്ലോ. അതിനാൽ, അവൾ സന്തുഷ്ടയായിരുന്നു.

സോർബൺ അവൾ കണ്ട മറ്റു സ്ഥലങ്ങളെപ്പോലെയായിരുന്നില്ല. വളരെ വ്യത്യസ്തം. അവളതുവരെ കണ്ട മറ്റു സ്ഥലങ്ങളിൽ നിയമങ്ങൾ കൊടികുത്തി വാണിരുന്നു. സോർബണിലാകട്ടേ, നിയമങ്ങളേയില്ല എന്നുതന്നെ പറയാം. അവൾക്ക് എന്തു പഠിക്കണമോ, അതവൾക്ക് തെരഞ്ഞെടുക്കാം. ക്ലാസ്സുകളിൽ കയറേണ്ടെന്ന് തോന്നിയാൽ, കയറാതിരിക്കാം. പരീക്ഷകൾക്ക് ഹാജരാവുകയോ ആവാതിരിക്കുകയോ ആകാം. ഇതിനെല്ലാം പുറമേ, മറ്റൊരു ശുഭവാർത്ത കൂടിയുണ്ട്: പഠനത്തിന് പണം വേണ്ട! ആകെക്കൂടി സന്തോഷം തരുന്ന സാഹചര്യം, അല്ലേ?

സന്തോഷിക്കാൻ വരട്ടെ. മേരി താമസിക്കേണ്ടത് ചേച്ചി ബ്രോണിയയുടെ കൂടെയല്ലേ? ബ്രോണിയക്കൊപ്പം കാസിയുമുണ്ട്, അവളുടെ ഭർത്താവ്. രണ്ടു പേരും, ബ്രോണിയയും കാസിയും, ഡോക്ടർമാരാണ്. ചികിത്സ തേടി രോഗികളെത്തുക അവരുടെ വീട്ടിലേക്കാണ്. അതുകൊണ്ട് വീടാകെ ആൾക്കാരാണ്; ആൾക്കാരുടെ ബഹളമാണ്. പണ്ട് മേരിയുടെ അച്ഛൻ വീട് സ്കൂളാക്കി മാറ്റിയപ്പോഴുള്ള അതേ അവസ്ഥ. സർവ്വം കോലാഹലപൂരം! സോർബണിലേക്കുള്ള മേരിയുടെ നിത്യയാത്രയും കഷ്ടമായിരുന്നു.

കൊട്ടുംതണുപ്പത്ത് കോച്ചിവിറച്ച് ബസ്സിന്റെ മുകളിലിരുന്നാണ് യാത്ര. അങ്ങോട്ടു പോകാൻ ഒരു മണിക്കൂർ; ഇങ്ങോട്ട് പോരാനും.

മേരി കുറച്ച് കാലം ഇതൊക്കെ സഹിച്ചു. ആറുമാസങ്ങൾ കഴിഞ്ഞപ്പോൾ അവൾക്ക് മതിയായി. അവൾ താമസം മാറ്റി - സോർബണിനടുത്തുള്ള ഒരു വാടകവീട്ടിലേക്ക്. വീടെന്നു പറഞ്ഞാൽ, ഒരു കൊച്ചു മുറി; അതും വലിയൊരു കെട്ടിടത്തിന്റെ മുകളിലുള്ള ഒറ്റ മുറി. അടുക്കളയൊന്നുമില്ല. മദ്യമൊഴിച്ച് കത്തിക്കുന്ന ഒരു വിളക്കിനു മുകളിലായിരുന്നു അവളുടെ പാചകം. ആഹാരം വളരെ ചെറിയ തോതിലായിരുന്നു- റൊട്ടി, മുട്ട, പഴം, പിന്നെ, ഒത്താൽ, ഒരു കപ്പ് ചൂട് ചോക്ലേറ്റും. പലപ്പോഴും മേരി വിശന്നിരുന്നു. ഒരിക്കൽ, ലൈബ്രറിയിൽ വായിച്ചുകൊണ്ടിരിക്കേ,അവൾ വിശപ്പു സഹിക്കാനാവാതെ തലചുറ്റി വീണു; ബോധം കെട്ടു.

മഞ്ഞുകാലം കഷ്ടങ്ങൾ ഇരട്ടിപ്പിച്ചു - മുറിയാകെ തണുത്തു മരവിച്ചിരിക്കും; പാത്രങ്ങളിൽ കോരിവെച്ച വെള്ളം ഉറഞ്ഞു കട്ടിയാകും. തീയുണ്ടാക്കാൻ അവൾക്ക് കൽക്കരി വാങ്ങിക്കേണ്ടി വന്നു. അതും ചുമന്ന് അവൾക്ക് കയറേണ്ടത് എട്ടു കോണിപ്പടികളായിരുന്നു. ചൂട് കിട്ടാൻ വേണ്ടി, തന്റെ എല്ലാ ഉടുപ്പുകളും ദേഹത്തിനുമേൽ കുന്നുകൂട്ടിയിട്ടാണ് അവളുറങ്ങുക. നമുക്കീ നാട്ടിൽ ആലോചിക്കാൻ പോലും പറ്റാത്തത്ര തണുപ്പാണ് പാരീസിൽ.

അക്കാലം പാരീസ് പെണ്ണുങ്ങൾക്ക് ഒറ്റയ്ക്ക് കഴിയാൻ ബുദ്ധിമുട്ടുള്ള നഗരമായിരുന്നു. കോളേജിൽ പോകുന്ന പെണ്ണുങ്ങളാകട്ടെ വളരെ വളരെ വിരളം. സോർബണിലെ ശാസ്ത്ര വകുപ്പിൽ മേരി ചെന്നുചേരുമ്പോൾ അവിടെ മൊത്തം 1,825 വിദ്യാർത്ഥികളുണ്ടായിരുന്നു - അവരിൽ പെൺകുട്ടികൾ എത്രയെന്നോ? ഇരുപത്തിമൂന്നു പേർ മാത്രം! പഠിക്കുന്ന പെണ്ണുങ്ങൾ ഫ്രാൻസിലാകെ വളരെ വിരളമായതിനാൽ ഫ്രഞ്ച് ഭാഷയിൽ “പെൺവിദ്യാർത്ഥി”കൾക്ക് പ്രത്യേകിച്ചൊരു വാക്കുപോലുമുണ്ടായിരുന്നില്ല - നമുക്കിവിടെ “വിദ്യാർത്ഥിനി” എന്ന വാക്കുള്ളതുപോലെ. അവർക്കതിനുണ്ടായിരുന്ന വാക്കിന് അർത്ഥം, “വിദ്യാർത്ഥിയുടെ പെൺചങ്ങാതി” എന്നായിരുന്നു.

ഗബ്രിയേൽ ലിപ്മൻ

മേരി തെറ്റില്ലാതെ ഫ്രഞ്ച് ഭാഷയിൽ സംസാരിക്കും. പക്ഷേ, ഉച്ചാരണം അത്ര പന്തിയായിരുന്നില്ല. ഫ്രഞ്ചുകാരെ മനസ്സിലാക്കാൻ അവൾക്ക് ഏറെ സമയമെടുക്കേണ്ടിവന്നു; ഏറെ ബുദ്ധിമുട്ടിയെന്നുവേണം പറയാൻ. വാക്കുകൾ ശരിക്കുച്ചരിക്കുവാൻ അവൾക്ക് ശരിക്കും പ്രയാസപ്പെടേണ്ടി വന്നു.

എങ്കിലും മേരിക്ക് സന്തോഷത്തിന് കുറവൊന്നുമുണ്ടായില്ല. തന്റെ ജീവിതത്തിലെ ആനന്ദദായകമായ മുഹൂർത്തങ്ങളാണ് അവയെന്ന് അവൾ പിൽക്കാലത്ത് പറയുകയുണ്ടായി. പാഠങ്ങൾ അവൾക്കിഷ്ടമായി. ഉണർന്നിരിക്കുന്ന വേളകളിലെല്ലാം അവൾ പഠിച്ചു. ശാസ്ത്രമായിരുന്നു അവളുടെ വിഷയം. മറ്റൊരു വിഷയത്തിനും അവൾ ശ്രദ്ധ കൊടുത്തില്ല. അവളുടെ അദ്ധ്യാപകരോ - യൂറോപ്പിലെ പ്രസിദ്ധരായ ശാസ്ത്രജ്ഞന്മാരും. അവളുടെ ഒരു പ്രൊഫസർ - ഗബ്രിയേൽ ലിപ്മൻ (Gabriel Lippmann) - പിൽക്കാലത്ത് നൊബേൽ (നോബൽ എന്നും പറയും) സമ്മാനം നേടി - നിറമുള്ള ഫോട്ടോകളെടുക്കുന്നതെങ്ങനെയെന്ന് കണ്ടെത്തിയതിന്.

മൂന്ന് വർഷങ്ങളോളം മേരി കഷ്ടപ്പെട്ട് പഠിച്ചു; കഠിനാദ്ധ്വാനം ചെയ്തു. അതിനു ശേഷം അവൾ ശാസ്ത്രവിഷയത്തിലുള്ള തന്റെ കടശ്ശി പരീക്ഷയെഴുതി. അക്കൊല്ലം ബിരുദം കിട്ടിയത് രണ്ടു പെൺകുട്ടികൾക്കായിരുന്നു. അവരിലൊരാൾ മേരിയാണെന്ന് പറയേണ്ടതില്ലല്ലോ. അവൾ ക്ലാസ്സിൽ ഒന്നാമതായി വന്നു - പുരുഷവിദ്യാർത്ഥികളെയും കടത്തിവെട്ടിക്കൊണ്ട്.

പഠനം പൂർത്തിയായല്ലോ. ഇനി എന്താണ് അടുത്ത പടി? മേരി ആലോചിച്ചു. പോളണ്ടിലേക്ക് തിരിച്ചു പോയാലോ? വീട്ടിലേക്ക്? അച്ഛന് അവൾ വാക്കുകൊടുത്തിരുന്നു: താൻ മടങ്ങിവരും; അച്ഛനെ നോക്കും. അപ്പോഴാണ്, ഭാഗ്യം അവളെ കടാക്ഷിച്ചത്. അവൾക്കൊരു സ്കോളർഷിപ് കിട്ടി - ഒരു കൊല്ലം കൂടി താമസിച്ചു പഠിക്കാനുള്ള ധനസഹായം. ഇത്തവണ അവൾക്ക് കണക്കു പഠിക്കാം. മേരിക്കാ സ്കോളർഷിപ് തട്ടിക്കളയാൻ തോന്നിയില്ല. ജീവിതത്തിൽ അവൾക്ക് സംതൃപ്തിയേകുന്ന ഏക സംഗതി പഠനമാണല്ലോ. ഇപ്പോഴതെന്തിന് വേണ്ടെന്നു വെക്കണം?

അടുത്ത വർഷം മേരി സോർബണിൽ ഗണിതപഠനത്തിൽ വ്യാപൃതയായി. പരീക്ഷയെഴുതിയപ്പോൾ അവൾ ക്ലാസ്സിൽ രണ്ടാമതായെത്തി. ഇനി, അച്ഛന് കൊടുത്ത വാക്കനുസരിച്ച് പോളണ്ടിലേക്ക് പോയാലോ? അതിനുള്ള സമയമല്ലേ ഇത്? ഇല്ല, സമയമായില്ല. അവളുടെ പ്രൊഫസർ ഗബ്രിയേൽ ലിപ്മൻ സോർബണിൽത്തന്നെയുള്ള ഒരു ലാബിൽ അവൾക്കൊരു ജോലി കണ്ടെത്തിക്കൊടുത്തു. കാന്തികശക്തിയെ (Magnetism) കുറിച്ചും ഉരുക്കിനെ (steel) കുറിച്ചും പഠിക്കാനുള്ള ജോലി.

4

കാന്തികശക്തിയെക്കുറിച്ച് അറിയാമല്ലോ? ലോഹങ്ങളെ കാന്തങ്ങളോട് ചേർത്തുനിർത്തുന്ന ശക്തിയാണ് കാന്തികശക്തി. മേരിക്ക് പഠിക്കാൻ ഏറെ ഇഷ്ടമുള്ള വിഷയം. പരീക്ഷണങ്ങൾ ചെയ്യാനാണല്ലോ മേരിക്കെന്നും കൗതുകം. പക്ഷേ, ഒരു പ്രശ്നമുണ്ടായി. ലാബിൽ അത്ര മെച്ചപ്പെട്ട ഉപകരണങ്ങളൊന്നുമുണ്ടായിരുന്നില്ല. ഉപകരണങ്ങൾ മോശമായാൽ പരീക്ഷണങ്ങൾ മോശമാകില്ലേ? അതായിരുന്നു ഒരു പ്രയാസം. പരീക്ഷണങ്ങൾ ചെയ്യാൻ മേരി ഏറെ വിഷമിച്ചു. പരീക്ഷണഫലങ്ങൾ പലപ്പോഴും നന്നാകാതെ പോയി.

ഈ സന്ദർഭത്തിലാണ് മേരിയെ സഹായിക്കാൻ പോളണ്ടിൽ നിന്നുള്ള ചില ചങ്ങാതികൾ തുനിഞ്ഞത്. അവർ അവൾക്ക് ഒരു ഫ്രഞ്ചുകാരനെ പരിചയപ്പെടുത്തി. അയാളുടെ പേരാണ് പിയേ ക്യൂരി (Pierre Curie). പിയേ ശാസ്ത്രജ്ഞനാണ്; ചെറുപ്പക്കാരനാണ്; പ്രസിദ്ധനുമാണ്. അത്ര ചെറുപ്പത്തിലേ ഇത്ര പ്രശസ്തിയുള്ള ആൾക്കാർ അത്ര സാധാരണമല്ല.

ഇരുപത്തിമൂന്നു വയസ്സുള്ളപ്പോൾ പിയേ ഒരു കണ്ടുപിടുത്തം നടത്തി. കണ്ടുപിടിച്ചത് ഒറ്റക്കായിരുന്നില്ല; കൂടെ അയാളുടെ

പിയേ ക്യൂരി (Pierre Curie)

സഹോദരനും കൂടിയുണ്ടായിരുന്നു. കണ്ടുപിടുത്തം ക്വാർട്ട്സ് ക്രിസ്റ്റലുകളെ (quartz crystals) സംബന്ധിക്കുന്നതായിരുന്നു. ഈ ക്രിസ്റ്റലുകൾക്ക് അവയ്ക്കുള്ളിൽ വൈദ്യുതി സൂക്ഷിക്കാൻ പറ്റു മെന്നാണ് ക്യൂരി സഹോദരന്മാർ കണ്ടെത്തിയത്. ഈ കണ്ടുപിടുത്തത്തിനുശേഷം പിയേ മറ്റൊന്നുകൂടി കണ്ടുപിടിച്ചു-ഇലക്ട്രോമീറ്റർ എന്ന ശാസ്ത്രോപകരണം- നേരിയതോതിലുള്ള വൈദ്യുതിപോലും അളക്കാൻ പറ്റുന്ന ഒരുപകരണം. മേരിക്ക് ഈ ഉപകരണം, ഇലക്ട്രോമീറ്റർ, വേണ്ടിയിരുന്നു, പരീക്ഷണങ്ങൾ ചെയ്യാൻ.

മേരി പിയേയെ കണ്ടു. ആ കൂടിക്കാഴ്ച മേരിയുടെ ജീവിതത്തെ അപ്പാടെ മാറ്റി. ഒരിക്കൽ പ്രേമിച്ച് പരാജയപ്പെട്ടവളാണല്ലോ മേരി. ഇനിയൊരിക്കലും താൻ പ്രേമത്തിലേക്ക് മൂക്കുകുത്തി വീഴി ല്ലെന്ന് വിചാരിച്ചവൾ. ചൂടുവെള്ളത്തിൽ വീണ പൂച്ച പച്ചവെള്ളം കണ്ടാലും പേടിക്കുമെന്നല്ലേ പറയാറ്. പക്ഷേ, ആ പേടി പിയേയെ കാണുന്നതുവരെ മാത്രമേ ഉണ്ടായുള്ളൂ. അയാളെ കാണുന്നതിനു മുമ്പ് പ്രേമത്തിലൊന്നും വലിയ കാര്യമില്ലെന്ന മട്ടിലാണ് മേരി ജീവിച്ചത്. അതിനേക്കാൾ എത്രയോ ഭേദമാണ് ശാസ്ത്രം. തന്റെ

മേരി ക്യൂരിയും പിയേ ക്യൂരിയും

ജീവിതം മൊത്തം ശാസ്ത്രത്തിനു മാത്രമായ് സമർപ്പിക്കാൻ അവൾ തീരുമാനിച്ചതായിരുന്നു.

പിയേ, പക്ഷേ, വളരെ വ്യത്യസ്തനായ മനുഷ്യനായിരുന്നു. ഏറെ സവിശേഷതയുള്ള ഒരാൾ - മറ്റുള്ള ആണുങ്ങളിൽനിന്ന് വളരെ വിഭിന്നനായ ഒരാൾ-ബുദ്ധിമാൻ, ശാന്തൻ. പിയേക്ക് ശാസ്ത്രം മേരിയെപ്പോലെത്തന്നെ പ്രിയമായിരുന്നു. അതുമാത്രമല്ല, മറ്റു പല സംഗതികളിലും പിയേ മേരിയെപ്പോലെയായിരുന്നു.

പിയേയും മേരിയുടേതുപോലുള്ള ഒരു കുടുംബത്തിലാണ് വളർന്നുവന്നത്. അച്ഛൻ ഡോക്ടർ, ശാസ്ത്രജ്ഞൻ. അയാളുടെ അച്ഛനമ്മമാർ വിദ്യാഭ്യാസത്തിന് വളരെയേറെ പ്രാധാന്യം കൊടുത്തവരായിരുന്നു- മേരിയുടെ മാതാപിതാക്കളെപ്പോലെ തന്നെ. പക്ഷേ, പഠിത്തത്തിൽ പിയേ മേരിയെപ്പോലെ അല്ലായിരുന്നു. സ്കൂളിലെ പഠിത്തം അയാൾക്ക് സുഖകരമായിരുന്നില്ല. അതിനാൽ, അയാളെ അച്ഛനമമ്മയും വീട്ടിലിരുത്തിയാണ് പഠിപ്പിച്ചത്. അയാൾ അയാളുടേതായ രീതി കണ്ടുപിടിച്ച് പഠിക്കട്ടെ എന്നാണ് അവർ വിചാരിച്ചത്. അതുകൊണ്ടെന്തുണ്ടായി? പിയേ തനിക്ക് കണക്കും ശാസ്ത്രവും ഇഷ്ടമാണെന്ന് സ്വയം കണ്ടുപിടിച്ചു. നമുക്കിഷ്ടമുള്ള വിഷയമേതെന്ന് നമുക്ക് സ്വയം കണ്ടുപിടിക്കാൻ കഴിയുന്നത്

എത്ര വലിയ ഭാഗ്യമാണ്! കണക്കും സയൻസും ഇഷ്ടവിഷയമാണെന്ന് കണ്ടെത്തിയതോടെ, പിയേ പഠിത്തത്തിൽ പുരോഗതി പ്രാപിക്കാൻ തുടങ്ങി. പ്രായം ഇരുപത്തിമൂന്നായതോടെ, ആ ചെറുപ്പക്കാരൻ കോളേജിൽ പഠിപ്പിക്കാൻ നിയോഗിക്കപ്പെട്ടു.

മേരിയും പിയേയും കണ്ടുമുട്ടിയ നിമിഷം മുതൽ അവർക്കിരുവർക്കും ഒരു കാര്യം മനസ്സിലായി: തനിക്കു മുന്നിലിരിക്കുന്ന ആൾ അത്ര സാമാന്യമനുഷ്യനല്ല. പിയേ അസാധാരണനാണെന്ന് മേരിക്കും, മേരി അസാമാന്യയാണെന്ന് പിയേക്കും മനസ്സിലായി. "പ്രതിഭാധനയായ ഒരു സ്ത്രീ"യെയാണ് താൻ കണ്ടുമുട്ടിയതെന്ന് പിയേക്ക് തോന്നി. മേരിയുടെ കാര്യമോ? തനിക്ക് സംസാരിക്കാൻ പറ്റുന്ന ഒരാളാണ് പിയേയെന്നാണ് അവൾക്ക് തോന്നിയത്- തനിക്ക് വിശ്വസിക്കുവാൻ പറ്റുന്ന ഒരാൾ. അവൾ അയാളെ തന്റെ കൊച്ചുമുറിയിലേക്ക് ക്ഷണിച്ചു - ഒരു ചായ കുടിക്കാൻ; ചായക്കൊപ്പം ശാസ്ത്രകാര്യങ്ങൾ സംസാരിക്കാൻ.

മേരിയുമായി പ്രേമത്തിലാകാൻ പിയേക്ക് അധികകാലമൊന്നും വേണ്ടിവന്നില്ല. അയാൾ അവളെ കല്ല്യാണം കഴിക്കാൻ ആഗ്രഹിച്ചു. പക്ഷേ, മേരിയുടെ മനസ്സ് അതിനൊരുക്കമായിരുന്നില്ല. അവൾക്കെന്തോ കല്ല്യാണത്തിന്റെ കാര്യത്തിൽ ഒരു തീരുമാനമെടുക്കാൻ പറ്റാതായി. പറഞ്ഞില്ലേ, ചൂടുവെള്ളത്തിൽ വീണ പൂച്ച പച്ചവെള്ളം കണ്ടാലും ശങ്കിക്കുമെന്ന്. ഒരിക്കൽ കാസിമേരിയുടെ ഹൃദയം തകർത്തതാണ്. ഇനിയുമൊരിക്കൽക്കൂടി തന്റെ ഹൃദയം തകരുന്നത് അവൾക്ക് സഹിക്കാനാവില്ല.

മേരി പോളണ്ടിലേക്ക് തിരിച്ചു- സ്വന്തം വീട്ടിലേക്ക്.

5

പ്രേമം തലക്ക് പിടിച്ച പിയേ മേരിയെ വിടാൻ, പക്ഷേ, തയ്യാറായില്ല. അയാൾ അവൾക്ക് സന്ദേശങ്ങൾ അയച്ചു; പാരീസിലേക്ക് തിരികെ വരാൻ കേണപേക്ഷിച്ചു; താൻ അങ്ങേയറ്റം സ്നേഹിക്കുന്ന ഫ്രാൻസിനെ ഉപേക്ഷിച്ച് പോളണ്ടിൽ വന്ന് താമസിക്കാമെന്ന് ആണയിട്ടു.

ഒടുവിൽ, മേരിക്ക് മനസ്സിലായി- പിയേയുടെ പ്രേമം പൊള്ളയല്ല; ആത്മാർത്ഥമാണ്. ശാസ്ത്രജ്ഞരായി രണ്ടുപേർക്കും ഒരുമിച്ച് ജീവിക്കാൻ സാദ്ധ്യമാണെന്ന് അവൾക്ക് ഉറപ്പായി. അങ്ങനെ, 1895 ജൂലായ് 26-ന് മേരിയും പിയേയും വിവാഹിതരായി-മേരി, മേരി ക്യൂരിയായി.

വിവാഹം ഫ്രാൻസിലായിരുന്നു. വിവാഹത്തിന് വധൂവരന്മാർക്ക് പ്രത്യേകവേഷമുണ്ടാകുമല്ലോ? എന്നാൽ, മേരിക്ക് ആഡംബരവസ്ത്രമൊന്നുമുണ്ടായിരുന്നില്ല. അവളൊരു കടുംനീല കുപ്പായമണിഞ്ഞാണ് മണ്ഡപത്തിലെത്തിയത്. അതിനവൾക്ക് അവളുടേതായ ന്യായമുണ്ടായിരുന്നു:

“എന്റെ കയ്യിലാണെങ്കിൽ നിത്യോപയോഗത്തിനുള്ളതല്ലാത്ത

മറ്റുടുപ്പുകളൊന്നുമില്ല. എന്തിനെങ്കിലും പ്രയോജനപ്പെടുന്ന ഒരുടുപ്പാണ് എനിക്ക് വേണ്ടത്; എന്തെങ്കിലും പണിക്ക് പറ്റുന്നത്. അത് കടുംനിറത്തിലുള്ളതായാൽ എനിക്ക് ലാബിലേക്ക് പോകുമ്പോൾ ഇടാനും പറ്റും."

വധൂവരന്മാരെ സ്വീകരിക്കുന്ന ചടങ്ങ് പിയേയുടെ അച്ഛനമ്മമാരുടെ ഉദ്യാനത്തിലാണ് നടന്നത് - സ്വച്ഛസുന്ദരമായ ഒരു വേനൽ ദിനത്തിൽ. വിളമ്പിയ ഭക്ഷണം ഗംഭീരമായിരുന്നു - ഇറച്ചിയും പഴങ്ങളും സുലഭമായിരുന്നു. ആഹാരശേഷം അതിഥികൾ ഉദ്യാനത്തിലെ പുൽപ്പരപ്പിൽ നൃത്തം ചെയ്തു. നൃത്തമില്ലാതെന്ത് വിവാഹാഘോഷം! അതും, ഫ്രഞ്ചുകാരുടെ വിവാഹമല്ലേ? എങ്ങനെ നോക്കിയാലും ആ വേള ആനന്ദവേളയായിരുന്നു.

മധുവിധു അടിച്ചുപൊളിക്കാൻ മേരിയും പിയേയും രണ്ടു സൈക്കിളുകൾ വാങ്ങി; നീണ്ട ഒരു സാഹസികസവാരിക്ക് തുടക്കമിട്ടു. ആ മധുവിധുസവാരി എത്ര നാൾ നീണ്ടുപോയെന്നോ? ആ വേനൽക്കാലം മുഴുവൻ. ശരത്ക്കാലം തുടങ്ങിയപ്പോഴാണ്

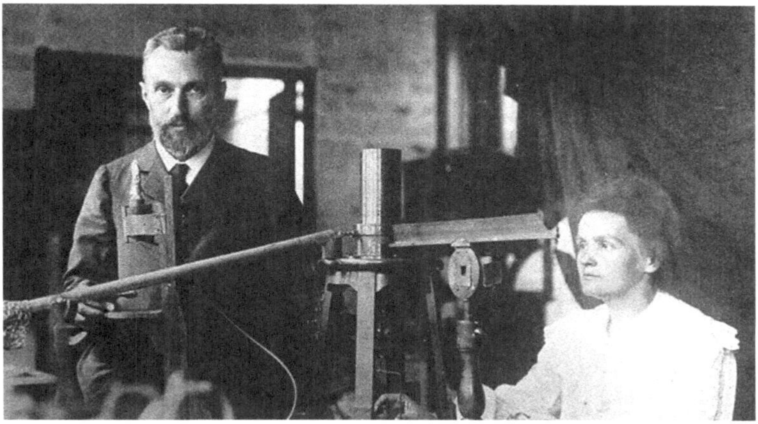

അവർ പാരീസിൽ തിരിച്ചെത്തിയത്. പാരീസിൽ കാലുകുത്തിയതും, അവർ തങ്ങളുടെ ജോലിയിൽ ആമഗ്നരായി. ലാബിൽ പകൽ മുഴുവൻ കഴിച്ചുകൂട്ടുന്നതായിരുന്നു അവർക്ക് ഏറ്റവും സന്തോഷമുള്ള സംഗതി-പകൽ മാത്രമല്ല, രാത്രിയും.

അടുത്ത കുറച്ച് കാലത്തേക്ക് മേരി പഠനം തുടർന്നു; ഒപ്പം കാന്തികശക്തിയിലുള്ള ഗവേഷണവും. അതേ സമയം, പിയേയുമൊത്തുള്ള ജീവിതവും അവൾ ആസ്വദിച്ചു. ഓരോ ആഴ്ചയും അവൾ വീട്ടിലേക്ക് പുതിയ പൂക്കൾ വാങ്ങിക്കും; നെല്ലിക്ക രസമുണ്ടാക്കും; പിയേയുമൊത്ത് സൈക്കിൾ സവാരി ചെയ്യും. ദിവസങ്ങൾ പോകുന്തോറും അവരുടെ പ്രേമം പെരുകിപ്പെരുകി വന്നു.

1897 സപ്തംബർ 12-ന് അവർക്കൊരു പെൺകുഞ്ഞ് പിറന്നു. അവൾക്ക് അവർ ഐറീൻ എന്നു പേരിട്ടു.

"ഇക്കാലത്ത് എന്റെ ഭർത്താവ് ക്രിസ്റ്റലുകളിൽ ഗവേഷണം ചെയ്യുകയായിരുന്നു; ഞാൻ ഉരുക്കിന്റെ കാന്തികസ്വഭാവത്തിലും," മേരി പറഞ്ഞു.

ഗവേഷണത്തിന്റെ ഫലങ്ങൾ മേരി സമർപ്പിച്ചുകഴിഞ്ഞപ്പോൾ, അവർക്ക് പ്രതിഫലം കിട്ടി. പ്രതിഫലം മോശമല്ലാത്തതായിരുന്നു. അതിലൊരു ഭാഗം നാലുവർഷം മുമ്പ് താൻ കൈപ്പറ്റിയ സ്കോളർഷിപ് തിരിച്ചടക്കാനാണ് മേരി ഉപയോഗിച്ചത്. തിരിച്ചടക്കേണ്ട

കാര്യമില്ലായിരുന്നു. പക്ഷേ, യോഗ്യതയുള്ള മറ്റേതെങ്കിലും പോളിഷ് വിദ്യാർത്ഥിക്ക് അതുപകരിക്കട്ടെ എന്നാണ് അവർ കരുതിയത്. പോളണ്ടിനോടുള്ള സ്നേഹം അപ്പോഴും അവളിൽ നിറഞ്ഞു തുളുമ്പിയിരുന്നു.

“പോളണ്ടിന്റെ പീഡനം മനസ്സിലുണർത്തിയ രാജ്യസ്നേഹത്തിന്റെ അന്തരീക്ഷത്തിലാണ് ഞാൻ വളർന്നത്. ആ രാജ്യ സ്നേഹം നിലനിർത്താൻ, മറ്റുപലരെയും പോലെ, ഞാനും എന്റേതായ സംഭാവന ചെയ്യുന്നുവെന്നേയുള്ളൂ.”

ഇതായിരുന്നു മേരിയുടെ വാക്കുകൾ.

മേരിയുടെ പ്രസവമെടുത്തത് പിയേയുടെ അച്ഛനായിരുന്നു-ഡോ. ക്യൂരി. താൻ ചെയ്യാറുള്ള പരീക്ഷണങ്ങളുടെ രേഖകൾ സൂക്ഷ്മമായ് എഴുതിവെക്കുന്നതുപോലെ, മേരി തന്റെ കുട്ടി ഐറീനിന്റെ വളർച്ചയുടെ ഓരോ ഘട്ടവും രേഖപ്പെടുത്തി സൂക്ഷിച്ചു. കുഞ്ഞ് ജനിച്ച് ചില വാരങ്ങൾ കഴിഞ്ഞപ്പോൾ ഡോ. ക്യൂരിയുടെ ഭാര്യ, മേരിയുടെ അമ്മായിയമ്മ, മരിച്ചു. സ്തനാർബുദമായിരുന്നു കാരണം. ഭാര്യ മരിച്ചപ്പോൾ ഡോ. ക്യൂരി ഒറ്റക്കായി. ഒറ്റയ്ക്ക് ജീവിക്കാൻ ആർക്കാണ് താൽപ്പര്യം? അത് അസഹനീയമല്ലേ? അതുകൊണ്ട് ഡോ. ക്യൂരി

മകനും മരുമകൾക്കുമൊപ്പം താമസമാക്കി- പാരീസിൽ. വീട്ടിൽ കുട്ടിയെ നോക്കാൻ അങ്ങനെ ഒരാളായി. അത് മേരിക്ക് വലിയ സൗകര്യമായി. മുത്തച്ഛന്റെ കയ്യിൽ ഐറീൻ സുരക്ഷിതയാണെന്ന ബോധത്തോടെ മേരിക്ക് തന്റെ ഗവേഷണത്തിലും ജോലിയിലും ശ്രദ്ധയൂന്നാനായി. കാലം കടന്നുപോയപ്പോൾ മുത്തച്ഛനും പേരക്കിടാവും നല്ല അടുപ്പത്തിലായി.

അക്കാലത്ത് സ്ത്രീകൾ വീടിനു പുറത്ത് ജോലിചെയ്യുന്നത് അപൂർവ്വമായിരുന്നു. പക്ഷേ, മേരി അപൂർവ്വയായ ഒരു സ്ത്രീയായിരുന്നല്ലോ. മേരിയുടെ വാക്കുകൾ കേൾക്കൂ:

"എന്റെ ശാസ്ത്രഗവേഷണം ഉപേക്ഷിക്കാതെ കുഞ്ഞിനേയും വീടിനെയും എങ്ങനെ നോക്കുമെന്ന് വിചാരിച്ച് ഞാൻ വിഷമിച്ചിരുന്നു. ജോലി ഉപേക്ഷിക്കുന്നത് എനിക്കോ എന്റെ ഭർത്താവിനോ ആലോചിക്കാൻപോലും വയ്യായിരുന്നു. എന്റെ കടമകൾ നിർവഹിക്കുന്നതിന് കുടുംബത്തിലെ ചേർച്ച സഹായകമായി."

വീടുനോക്കാനും കുഞ്ഞിനെ നോക്കാനും ആളായപ്പോൾ മേരി വീണ്ടും ഗവേഷണത്തിലേക്ക് തിരിഞ്ഞു-സന്തോഷത്തോടെ. അവർ ഇപ്പോൾ ഒരു PhD നേടാനുള്ള ശ്രമത്തിലായി. PhD നേടിയാലോ, അവർക്കൊരു പ്രൊഫസറാകാം. പക്ഷേ, ഡോക്ടേറ്റ് (PhD) എടുക്കാൻ ഗൗരവമുള്ള ഒരു വിഷയം വേണമല്ലോ. അക്കാലത്ത് ലോകത്തൊരിടത്തും സയൻസിൽ ഡോക്ടേറ്റ് കിട്ടിയ ഒരു സ്ത്രീയുമുണ്ടായിരുന്നില്ലെന്നുകൂടി നമ്മളോർക്കണം.

6

1895-ക്യൂരികളുടെ കല്യാണം കഴിഞ്ഞ് കാലം അധികമായില്ല. അപ്പോഴാണ് പാരീസ്, പാരീസ് മാത്രമല്ല, ലോകം തന്നെ, ആവേശോന്മാദത്തിലാറാടിയത്. ആവേശത്തിനു ഹേതു ഒരു കണ്ടുപിടുത്തമായിരുന്നു. വില്ല്യം റന്റ്ഗൺ (Roentgen) എന്ന ഒരു ജർമ്മനിക്കാരനാണ് കണ്ടുപിടുത്തക്കാരൻ. ഇദ്ദേഹം കണ്ടുപിടിച്ചതെന്തെന്നോ? ആൾക്കാരുടെ എല്ലുകളുടെ ഫോട്ടോ എടുക്കാൻ സഹായിക്കുന്ന ഒരു രശ്മി. അതേ, X-റേ! ഈ രശ്മി ഏതു തരം കിരണമാണെന്ന് അറിയാത്തതിനാലാണ് അദ്ദേഹം അതിനു 'X' എന്ന് പേരിട്ടത്. 'X' എന്നാൽ അജ്ഞാതം - നിഗൂഢം. X-റേ കണ്ടുപിടിച്ചതിന്, 1901-ൽ, റന്റ്ഗണ് നോബൽ സമ്മാനവും കിട്ടി. നോബൽ സമ്മാനം കിട്ടിയ ആദ്യത്തെ ഭൗതികശാസ്ത്രജ്ഞനാണ് വില്ല്യം റന്റ്ഗൺ.

X-റേ എങ്ങനെയാണ് ശരിക്കും പ്രവർത്തിക്കുന്നതെന്നറിയാൻ ശാസ്ത്രജ്ഞന്മാർ പാടുപെട്ടു. അങ്ങനെ പാടുപെടുന്നതിനിടയിൽ അവർ ഒരു കാര്യം മനസ്സിലാക്കി: X-റേയ്ക്ക് ചില വസ്തുക്കളെ ഇരുട്ടിൽ തിളങ്ങാൻ സഹായിക്കാനാകും.

വില്യം റന്റ്ഗൺ (Roentgen)

റന്റ്ഗൺ X-റേ കണ്ടുപിടിച്ച് ഒരാറുമാസം കഴിഞ്ഞുകാണും; അപ്പോഴാണ് മറ്റൊരാൾ വേറൊരു കണ്ടുപിടുത്തവുമായി ഫ്രഞ്ച് അക്കാദമി ഓഫ് സയൻസസിനെ സമീപിച്ചത്. അതൊരു ഫ്രഞ്ചു കാരനായിരുന്നു- ഹെൻറി ബെക്കറൽ (Becquerel). യുറേനിയം സംയുക്തങ്ങൾ എത്ര ഇരുട്ടിൽ വെച്ചാലും തിളങ്ങുമെന്നാണ് ബെക്കറൽ കണ്ടുപിടിച്ചത്. ഇരുട്ടിൽ അവ പ്രകാശകിരണ ങ്ങൾ പ്രസരിപ്പിക്കുന്നു; ഫോട്ടോപ്ലേറ്റുകളിൽമൂടലുണ്ടാക്കുന്നു. ഈ രശ്മികളെ ബെക്കറൽ കിരണങ്ങൾ എന്നാണ് ഇപ്പോൾ വിളിക്കുന്നത്. ചിലപ്പോൾ, യുറേനിയം രശ്മികളെന്നും അവയെ വിളിക്കാറുണ്ട്. ശാസ്ത്രലോകം, പക്ഷേ, X-റേയുടെ പിറകേയാണ് വച്ചുപിടിച്ചത്. യുറേനിയം കിരണങ്ങൾക്ക് X- കിരണങ്ങളുടെയത്ര ശക്തിയില്ലായിരുന്നു. ശക്തിയുള്ളതിനു പിറകേ പായാനാണല്ലോ ആളുകൾക്ക് താൽപ്പര്യം.

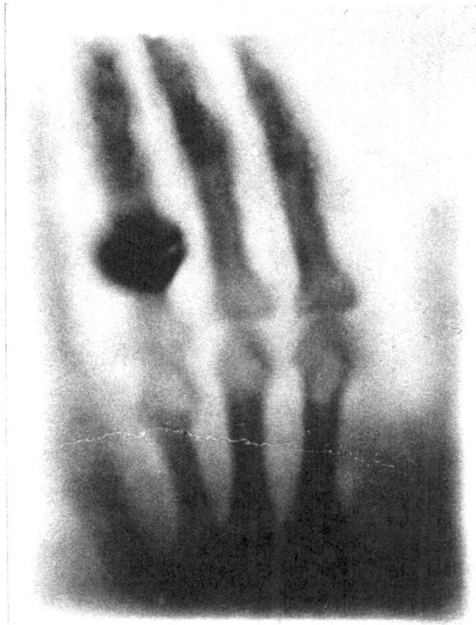

ആദ്യത്തെ എക്സ് റേ

ബെക്കറലിന്റെ അച്ഛൻ ശാസ്ത്രകാരനായിരുന്നു; മുത്തച്ഛനും. അവർ പഠിച്ചത് ഇരുട്ടിൽ തിളങ്ങുന്ന വസ്തുക്കളെയാണ്. ഇരുളിൽ തിളങ്ങുന്നവയെ ഇംഗ്ലീഷിൽ ഫോസ്ഫറസെന്റ് (Phosphorescent) എന്നു പറയും. ബെക്കറലും അച്ഛന്റെ പാതയാണ് പിന്തുടർന്നത്. അദ്ദേഹം ഫ്രഞ്ച് അക്കാദമി ഓഫ് സയൻസസിൽ ചേർന്നു. അച്ഛൻ പ്രസിദ്ധനായതുകൊണ്ട് ബെക്കറലിനു കാര്യങ്ങൾ എളുപ്പമായി.

ബെക്കറൽ പഠിക്കാൻ തെരഞ്ഞെടുത്ത് യുറേനിയത്തെയാണ്; ഒപ്പം, X-റേകളെയും. അദ്ദേഹമാണ് ആദ്യമായ് റേഡിയോ ആക്ടിവിറ്റി കണ്ടുപിടിച്ചത്. എന്നാൽ, "റേഡിയോ ആക്ടിവിറ്റി" എന്ന വാക്ക് അദ്ദേഹം ഉപയോഗിച്ചിരുന്നില്ല. നിരവധി രാസവസ്തുക്കൾ ഊർജ്ജം പ്രസരിപ്പിക്കുന്നുണ്ടെന്ന കാര്യവും അദ്ദേഹത്തിന് അറിയില്ലായിരുന്നു; അവ എവിടെനിന്ന് വരുന്നുവെന്ന കാര്യവും

ഹെൻറി ബെക്കറൽ

മൂപ്പർക്ക് പിടിയില്ലായിരുന്നു. കുറച്ചു കാലം കഴിഞ്ഞപ്പോൾ അദ്ദേഹം യുറേനിയത്തിലുള്ള പരീക്ഷണം വിട്ടുകളയുകയും ചെയ്തു. അപ്പോഴാണ് മേരി അതേറ്റെടുത്തത്.

പഠിക്കാൻ മേരി യുറേനിയം തെരഞ്ഞെടുത്തതിന് മറ്റൊരു കാരണമുണ്ട്. മറ്റാരും അതിൽ ഗവേഷണം ചെയ്യുന്നുണ്ടായിരുന്നില്ലല്ലോ. അവരെല്ലാം X-റേയുടെ പിറകെയായിരുന്നല്ലോ.

ശക്തമായ റേഡിയോ ആക്ടീവ് രശ്മികൾ പുറത്തുതള്ളുന്ന ലോഹങ്ങളിലൊന്നാണ് യുറേനിയമെന്ന് ഇന്ന് നമുക്കറിയാം. പക്ഷേ, മേരി ഗവേഷണം തുടങ്ങുന്ന കാലത്ത് "റേഡിയോ ആക്ടിവ്" എന്ന പദം പോലും നിലവിലുണ്ടായിരുന്നില്ല. യുറേനിയം എന്തിന് പ്രകാശോർജ്ജം പുറത്തുവിടുന്നതെന്ന് ഒരാൾക്കും അറിയില്ലായിരുന്നു; അത് വസ്തുക്കൾക്ക് ഇരുട്ടിൽ തിളക്കം കൊടുക്കുന്നതെന്തുകൊണ്ടെന്നും. യുറേനിയം കൊണ്ട്

ബോംബുണ്ടാക്കാമെന്നോ, ന്യൂക്ലിയർ പവർ പ്ലാന്റ് ഉണ്ടാക്കാമെന്നോ അന്ന് ആരും വിചാരിച്ചിരുന്നില്ല. അതിലേക്കൊക്കെ വാതിൽ തുറന്നുകൊടുത്തത് മേരിയാണ്; അവരുടെ ഗവേഷണമാണ്.

7

പിയേയുടെ സഹായത്തോടെ മേരി ഒരു പരീക്ഷണശാല ഒരുക്കി. അവർ രണ്ടുപേരും ആ പരീക്ഷണശാല പങ്കുവെച്ചു. പിയേ പഠിപ്പിച്ചിരുന്ന സ്കൂളിലെ കലവറ മുറിയാണ് പരീക്ഷണശാലയായത്- തണുപ്പുള്ള കരി പിടിച്ച ഒരു മുറി. മേരിക്കതൊന്നും ഒരു പ്രശ്നമേ അല്ലായിരുന്നു. അവർക്ക് ഒരേയൊരു കാര്യത്തിലായിരുന്നു ശ്രദ്ധ- ഗവേഷണത്തിൽ.

പതിനഞ്ചു കൊല്ലങ്ങൾക്ക് മുമ്പ് പിയേയും സഹോദരനും ഒരുപകരണം കണ്ടുപിടിച്ചത് ഓർക്കുന്നുണ്ടല്ലോ? ഇലക്ട്രോമീറ്റർ? നേരിയതോതിലുള്ള വൈദ്യുതപ്രവാഹം അളക്കാൻ കഴിയുന്ന മീറ്റർ? ഈ ഉപകരണമാണ് മേരിക്കിപ്പോൾ പ്രയോജനപ്പെടുത്താൻ കഴിഞ്ഞത്. ലോഹങ്ങളിൽ നിന്നു പ്രസരിക്കുന്ന കിരണങ്ങളെ അളക്കാൻ അവർ ഈ ഉപകരണം ഉപയോഗപ്പെടുത്തി. ഈ പരീക്ഷണങ്ങൾ മെനക്കേടുള്ളതായിരുന്നു. കൈകൾ അനങ്ങാതെ വേണം അളവുകളെടുക്കാൻ. തണുപ്പുള്ള ആ കരി പിടിച്ച മുറിയിൽ കൈകളനങ്ങാതെ അങ്ങനെ ചെയ്യാൻ മേരിക്കേ കഴിയൂ. ബെക്കറൽ പണ്ട് ശ്രമിച്ച് തോറ്റതാണല്ലോ.

'പിച്ച്ബ്ലെൻഡ്' (pitchblende)

മേരി ആദ്യം പരീക്ഷിച്ചത് യുറേനിയമാണ്; പിന്നീട്, ചെമ്പും സ്വർണ്ണവും പരീക്ഷിച്ചു. രശ്മികൾ പ്രസരിപ്പിച്ചത്, പക്ഷേ, യുറേനിയം മാത്രമായിരുന്നു. യുറേനിയത്തെ പലരീതിയിൽ പരിശോധിച്ച് മേരി ഒരു കാര്യം ഉറപ്പാക്കി: ബെക്കറൽ കണ്ടുപിടിച്ചത് ശരിയാണ്; യുറേനിയം കിരണങ്ങളുടെ വൈദ്യുതപ്രഭാവം സ്ഥിരമാണ്. അതിനെ പൊടിച്ചാലും, പൊടിച്ചില്ലെങ്കിലും അതിനിതേ സ്വഭാവമാണ്. അതു നനഞ്ഞാലും നനഞ്ഞില്ലെങ്കിലും, ശുദ്ധരൂപത്തിലാണെങ്കിലും അല്ലെങ്കിലും അതിന്റെ വൈദ്യുതസ്വഭാവത്തിന് മാറ്റമില്ല.

ബെക്കറലിനേക്കാൾ ഒരു പടി മുന്നോട്ടു പോയി മേരി. കിരണങ്ങൾ പ്രസരിപ്പിക്കുന്ന സ്വഭാവം യുറേനിയമെന്ന മൂലകത്തിലെ ആറ്റങ്ങളിൽ അന്തർലീനമാണെന്ന് അവർ സ്ഥാപിച്ചു.

ഗംഭീരമായ മറ്റൊരു കാര്യം കൂടി മേരി ചെയ്തു. അക്കാര്യം ശാസ്ത്രത്തെ എന്നെന്നേക്കുമായി മാറ്റിമറിച്ചു. അവർ ഒരു പാറക്കല്ല് പരീക്ഷണവിധേയമാക്കി. ഈ പാറക്കല്ലിനെ 'പിച്ച്ബ്ലെൻഡ്'

പൊളോണിയം

(pitchblende) എന്നാണ് പറയുക. യുറേനിയം ഒരുപാടുള്ളൊരു കല്ലാണ് പിച്ബ്ലെൻഡ്; യുറേനിയം മാത്രമല്ല, മറ്റു ലോഹങ്ങളും അതിലുണ്ട്.

പിച്ബ്ലെൻഡിനെ പരീക്ഷിച്ചപ്പോൾ മേരി അത്ഭുതപ്പെട്ടു പോയി. അത് ശുദ്ധ യുറേനിയത്തേക്കാൾ കൂടുതൽ കിരണങ്ങൾ പുറത്തു തള്ളുന്നു! അതെങ്ങനെ സംഭവിച്ചു? മേരി ആലോചനയിലായി. തലപുകഞ്ഞപ്പോൾ, അവർക്കൊരുത്തരം കിട്ടി: പിച്ബ്ലെൻഡിൽ മറ്റൊരു ലോഹം കൂടിയുണ്ടാകണം. ആ ലോഹം, അതേതു ലോഹമായാലും, യുറേനിയത്തേക്കാൾ കൂടുതൽ ഊർജ്ജമുള്ളതാണ്.

താമസിയാതെ, മേരിക്കൊരു സംഗതി മനസ്സിലായി: താൻ പുതിയൊരു മൂലകം കണ്ടുപിടിച്ചിരിക്കുകയാണ്- ലോകം ഇന്നേവരെ അറിഞ്ഞിട്ടില്ലാത്ത ഒരു മൂലകം. ഈ ലോഹമൂലകത്തിന് മേരി നൽകിയ പേരെന്താണെന്ന് അറിയാമോ? “പൊളോണിയം”. എന്തുകൊണ്ടാണ് മേരി ആ മൂലകത്തെ പൊളോണിയം എന്ന് വിളിച്ചത്. അറിയാമല്ലോ, മേരിയുടെ സ്വരാജ്യം പോളണ്ടാണെന്ന്. പോളണ്ടിനെ ഓർമ്മിക്കാനാണ് മേരി ഈ പുതിയ ലോഹത്തിന് “പൊളോണിയം” എന്ന പേരിട്ടത്. മേരി കടുത്ത ദേശഭക്തയാണല്ലോ.

ലോഹത്തിന്, മൂലകത്തിന്, മാത്രമല്ല മേരി പേരിട്ടത്. ലോഹം പ്രസരിപ്പിക്കുന്ന രശ്മികൾക്കും അവർ പേരിട്ടു: “റേഡിയോ

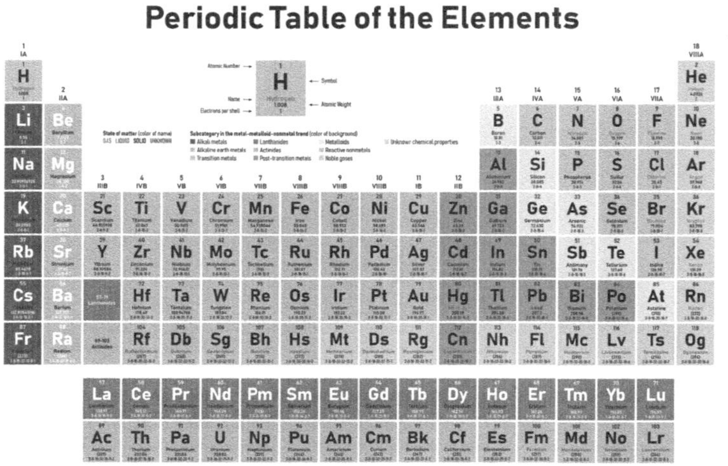

ആക്ടിവിറ്റി". പൊളോണിയവും യുറേനിയവും പോലുള്ള ലോഹങ്ങൾ അന്തരീക്ഷത്തിലേക്ക് ഊർജ്ജം പ്രസരിപ്പിക്കുന്ന തിനെയാണ് "റേഡിയോആക്ടിവിറ്റി" എന്നു പറയുന്നത്. ലോഹ ങ്ങളായ പൊളോണിയവും യുറേനിയവുമൊക്കെ മൂലകങ്ങളുമാണ്.

"മൂലകം" എന്നാൽ എന്താണെന്ന് അറിയാമല്ലോ? ലോകത്തിൽ ശുദ്ധരൂപത്തിൽ കാണുന്ന രാസവസ്തുക്കളാണ് മൂല കങ്ങൾ. ചെമ്പ്, ഇരുമ്പ്, സ്വർണ്ണം, യുറേനിയം, പൊളോണിയം, പ്ലാറ്റിനം തുടങ്ങിയ ലോഹങ്ങൾ മൂലകങ്ങളാണ്; അതുപോലെ തന്നെ, ബലൂണുകൾക്കകത്തുള്ള ഹീലിയം പോലുള്ള വാതകങ്ങ ളും. നമ്മൾ ശ്വസിക്കുന്ന വായു, പക്ഷേ, മൂലകമല്ല. അത് ശുദ്ധരൂ പത്തിലുള്ള ഒരൊറ്റ രാസവസ്തുവല്ലല്ലോ. ഓക്സിജൻ പോലുള്ള പല മൂലകങ്ങൾ ചേർന്ന സംയുക്തമാണ് വായു.

ലോകത്തിലുള്ള മൂലകങ്ങളെയെല്ലാം ചേർത്ത് ശാസ്ത്രജ്ഞന്മാർ ഒരു പട്ടിക-ചാർട്ട് അല്ലെങ്കിൽ ചാർത്ത് - ഉണ്ടാക്കിയിട്ടുണ്ട്: ആവർത്തനപ്പട്ടിക (Periodic Table). ഈ പട്ടിക നിങ്ങൾ പഠിച്ചിട്ടുണ്ടാകണം. ഇതുവരെയായി അതിൽ 118 മൂലകങ്ങളുണ്ട്. ശാസ്ത്രജ്ഞന്മാർ ഇനിയും കൂടുതൽ മൂലകങ്ങൾ കണ്ടുപിടിച്ചേക്കാം.

8

നമുക്ക് മേരിയിലേക്ക് തിരിച്ചു വരാം. തന്റെ കണ്ടുപിടുത്തം മേരിക്കിനി ലോകത്തെ അറിയിക്കേണ്ടേ? അതിനവർ എല്ലാ ശാസ്ത്രകാരന്മാരും ചെയ്യുന്നതുതന്നെ ചെയ്തു: അവർ ഒരു റിപ്പോർട്ടെഴുതി. ഇനിയാ റിപ്പോർട്ട് പാരീസിലെ അക്കാദമി ഓഫ് സയൻസസ്സിലെ മറ്റു ശാസ്ത്രജ്ഞന്മാരെ വായിച്ചു കേൾപ്പിച്ചാൽ മതി; ലോകം അവരുടെ കണ്ടുപിടുത്തത്തെക്കുറിച്ച് അറിയും.

അക്കാദമി ഓഫ് സയൻസസ് പച്ചപരിഷ്കാരമുള്ള ഒരുതരം ക്ലബ്ബാണ്. വളരെ പ്രാധാന്യമുള്ള ശാസ്ത്രകാരന്മാർക്കേ അവിടെ പ്രവേശനമുള്ളൂ. അവിടെ അംഗത്വം കിട്ടാൻ എത്ര ബുദ്ധിമുട്ടാണെന്നോ! അംഗമാകാൻ ക്ലബ്ബിലുള്ളവരുടെ വോട്ടു കിട്ടണം. മേരിയും പിയേയും അംഗങ്ങളല്ല. അക്കാലത്ത്, സോർബണിൽ അദ്ധ്യാപകജോലിക്കപേക്ഷിച്ച് തോറ്റുപോയ മഹാനാണ് പിയേ. മേരിയും പിയേയും അത്ര പോരെന്നാണ് മറ്റു ശാസ്ത്രജ്ഞർ വിചാരിച്ചത്. കാരണം, അവർക്ക് പേരുകേട്ട കോളേജുകളിൽനിന്നുള്ള PhD ഇല്ലല്ലോ. പോരാത്തതിന്, മേരിയൊരു പെണ്ണുമാണല്ലോ. അക്കാദമിയിൽ കാലെടുത്തു കുത്താൻ പെണ്ണുങ്ങൾക്ക് അനുവാദമില്ല. അക്കാദമിയിലെ ഒരു മുറിയിലും അവരെ കേറ്റില്ല.

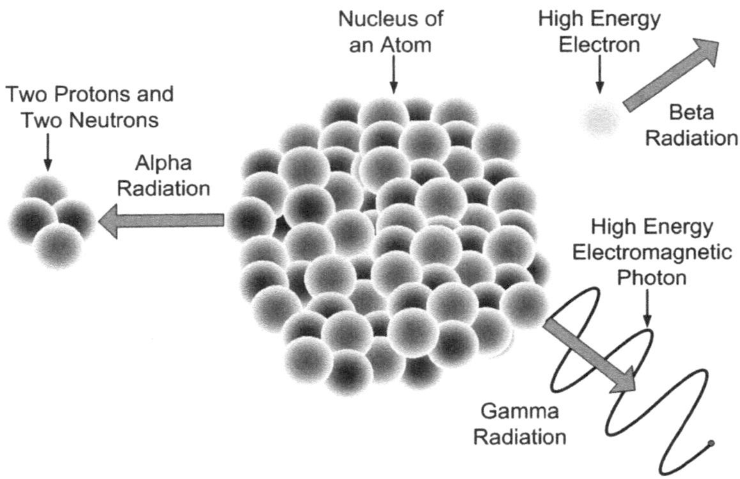

ഭാഗ്യത്തിന്, മേരിക്കും പിയേറ്റം വിശിഷ്ട വ്യക്തികളായ (നമ്മൾ VIPകൾ എന്ന പറയുന്ന) ചില ചങ്ങാതികൾ ഉണ്ടായിരുന്നു. യൂറോപ്പിലെ ഖ്യാതിയുള്ള ശാസ്ത്രകാരന്മാർക്ക് പരസ്പരം പരിചയമുണ്ടായിരുന്നു. അതുകൊണ്ട് മേരിക്ക് തന്റെ റിപ്പോർട്ട് അക്കാദമിയിൽ സമർപ്പിക്കാൻ കഴിഞ്ഞു. വായിച്ചത് മേരിയല്ല. പിന്നെ ആരാണെന്നല്ലേ? അവരുടെ ഗുരുനാഥനും സുഹൃത്തുമായ ഗബ്രിയേൽ ലിപ്മൻ. വായന നടന്നത് 1898 ഏപ്രിലിലാണ്.

മേരിയുടെ ലേഖനത്തിൽ ശാസ്ത്രജ്ഞന്മാർ താല്പര്യമൊക്കെ കാട്ടി; പക്ഷേ, ആരും അത്ഭുതം കൂറിയില്ല. മേരിയുടെ കണ്ടുപിടുത്തം ശരിയാണോ എന്നതിൽ അവർക്കപ്പോഴും സംശയമായിരുന്നു. എന്തെങ്കിലും കേട്ടാൽ, അതുടനെ വിശ്വസിക്കുന്ന അന്ധവിശ്വാസികളല്ലല്ലോ ശാസ്ത്രപ്രതിഭകൾ. അവരെന്നും സന്ദേഹാലുക്കളാണല്ലോ. സന്ദേഹം മാറണമെങ്കിൽ എന്തു വേണം? അതേ, തെളിവു വേണം. പൊളോണിയം ശരിക്കും ഉള്ളതാണെന്ന് മേരി തെളിയിക്കണം. അതിനെന്താ വഴി? ഒരു വഴിയേയുള്ളൂ - പിച്ബ്ലെൻഡിൽ നിന്ന് പൊളോണിയത്തെ വേർതിരിച്ചെടുക്കണം.

മറന്നിട്ടില്ലല്ലോ, പൊളോണിയം റേഡിയോ ആക്റ്റിവ് ആണെന്ന കാര്യം? 'റേഡിയോആക്റ്റിവ്' ആയ രാസവസ്തു

അന്തരീക്ഷത്തിലേക്ക് ഊർജ്ജം പ്രസരിപ്പിക്കും. അവയ്ക്കകത്തുള്ള പരമാണുക്കളിൽ (ആറ്റങ്ങളിൽ) നിന്നാണ് ഈ ഊർജ്ജത്തിന്റെ പ്രവാഹം. പ്രസരിപ്പ് കൂടുതലുള്ള വസ്തുക്കളാണ് ഇവയെന്ന് പറയാം. റേഡിയോആക്ടിവ് ആയാൽ, അതായത്, പ്രസരിപ്പ് കൂടിയാൽ ഒരു കുഴപ്പമുണ്ട്. ഊർജ്ജം പുറത്തേക്ക് പ്രവഹിച്ച പ്രവഹിച്ച്, ഒടുവിൽ ഊർജ്ജമേ ഇല്ലാതെയായിത്തീരും. ഒരു ലോഹത്തിന് അതിന്റെ ഊർജ്ജം തീർത്തും ഇല്ലാതായിത്തീരാൻ എത്ര കാലമെടുക്കും? ആ കാലയളവ് ഓരോ ലോഹത്തിനും വെവ്വേറെയാണ്. ചിലതിലത് നിമിഷങ്ങൾകൊണ്ട് തീരും; ചിലത് മണിക്കൂറുകളെടുക്കും; ചിലപ്പോൾ ദിവസങ്ങളും. റേഡിയം പോലുള്ളവ ഊർജ്ജം നഷ്ടപ്പെടാൻ ദീർഘകാലമെടുക്കും. ഒരു മൂലകത്തിന് അതിന്റെ പാതി ഊർജ്ജം നഷ്ടപ്പെടാൻ എടുക്കുന്ന സമയത്തിന് ശാസ്ത്രജ്ഞമാർ ഒരു പേരിട്ടിട്ടുണ്ട് – "ഹാഫ് ലൈഫ്" (പാതിജീവൻ). റേഡിയത്തിന്റെ പാതിജീവൻ എത്ര കാലമാണെന്നോ? 1,600 വർഷങ്ങൾ! അതിന്റെ ഊർജ്ജപ്രസരണം തീരാൻ വർഷങ്ങൾ ആയിരങ്ങളെടുക്കും. അതുവരെ, ആ ലോഹം അപകടകാരിയാണ്. ഊർജ്ജം വറ്റിക്കഴിഞ്ഞാൽ, പിന്നെ, അത് നിരുപദ്രവകാരിയാണ്.

ഇതുപോലെ അപകടകാരിയായ ലോഹമാണ് പൊളോണിയവും. അതിനെയാണ് മേരിക്ക് വേർതിരിച്ചെടുക്കേണ്ടത്. പക്ഷേ, അതൊന്നും ചിന്തിച്ച് വേവലാതിപ്പെടാൻ മേരിക്ക് സമയമില്ല. കാരണം, ഇപ്പോൾ മറ്റ ശാസ്ത്രജ്ഞന്മാർക്കും പൊളോണിയത്തെക്കുറിച്ചറിയാം. അവരും അതിനുപിന്നാലെ പായാൻ സാദ്ധ്യതയുണ്ട്. ബെക്കറലിനെ ഓർമ്മയില്ലേ? അങ്ങേർക്കും മേരിയുടെ ഗവേഷണത്തിൽ ഒരു കണ്ണുണ്ടായിരുന്നു. ശാസ്ത്രജ്ഞമാർ പരസ്പരം സഹായിക്കുന്നവരൊക്കെയാണ്; പക്ഷേ, കണ്ണുകടിയുള്ളവരുമില്ലാതില്ല. ആരാണാദ്യം ഒരു സംഗതി കണ്ടുപിടിക്കുന്നതെന്ന കാര്യത്തിൽ മത്സരിക്കുന്നവരാണ് പലരും. ബെക്കറൽ ചങ്ങാതിയൊക്കെത്തന്നെ; പക്ഷേ, മാത്സര്യമുള്ളവനുമാണ്.

അദ്ദേഹം മേരിക്ക് പരീക്ഷണം ചെയ്യാൻ വേണ്ടി കുറച്ച കാശു സംഘടിപ്പിച്ചു. പക്ഷേ, കാശിനെക്കുറിച്ച് അദ്ദേഹം മേരിയോടല്ല പറഞ്ഞത്; പിയേയോടാണ്. പിയേയെപ്പോലെ വലിയൊരാളല്ലാ മേരി എന്ന ചിന്തയോടെയാണ് അങ്ങേർ അവരോട് പെരുമാറിയത്. കാരണം, മേരി സ്ത്രീയല്ലേ? എന്നാൽ, മേരിയുടെ ഗവേഷണത്തിൽനിന്ന് ആശയങ്ങൾ കടം കൊള്ളുന്നതിന് മൂപ്പർ മടിച്ചില്ല; മേരിയുടേതുപോലുള്ള പരീക്ഷണങ്ങൾ ചെയ്യാനും. പോകെപ്പോകെ, അവരുടെ ബന്ധത്തിൽ വിടവുകൾ വന്നു; ബന്ധം വഷളായി.

9

ബെക്കറലിനെപ്പോലെയായിരുന്നില്ലാ പിയേ. അദ്ദേഹത്തിന് മത്സരബുദ്ധിയില്ലായിരുന്നു; ഒന്നാമതാകണമെന്ന വാശിയും. ശാസ്ത്രത്തോടുള്ള അദ്ദേഹത്തിന്റെ പ്രേമം കറകളഞ്ഞതായിരുന്നു. അസൂയയ്ക്കും മത്സരത്തിനും വാശിക്കും പ്രേമത്തിൽ സ്ഥാനമില്ലല്ലോ. എന്നാൽ, മേരി മഹത്വകാംക്ഷയുള്ളവളായിരുന്നു. അവർക്ക് ഒന്നാമതാകാനുള്ള വാശി കലശലായിരുന്നു. താൻ കണ്ടുപിടിക്കുന്ന കാര്യങ്ങൾക്കുള്ള ബഹുമതി മറ്റാരെങ്കിലും തട്ടിയെടുക്കാൻ അവർ സമ്മതിക്കില്ല. ഈ പുതിയ ലോഹം, പൊളോണിയം, ശരിക്കുമുള്ളതാണെന്ന് മറ്റാരേക്കാളും മുമ്പേ താൻ തെളിയിക്കുമെന്ന് മേരി നിശ്ചയിച്ചു.

പിച്ച്ബ്ലെൻഡിൽനിന്ന് പൊളോണിയത്തെ വേർതിരിച്ചെടുക്കുന്ന പ്രയത്നത്തിലായി മേരി. പ്രയത്നം, പക്ഷേ, പരാജയപ്പെട്ടു. കാരണമെന്താ? പിച്ച്ബ്ലെൻഡിലുള്ള പൊളോണിയത്തിന്റെ അളവ് തീരെ കുറവാണ്. തീരെയെന്നു വെച്ചാൽ, വേർതിരിച്ചെടുക്കാൻ പറ്റാത്തത്ര കുറവ്.

പരിശ്രമം പരാജയമാണെന്ന് പറയാം. എന്നാൽ, അമ്പേ പരാജയപ്പെട്ടുവെന്നു പറഞ്ഞാൽ അതു ശരിയാകില്ല.

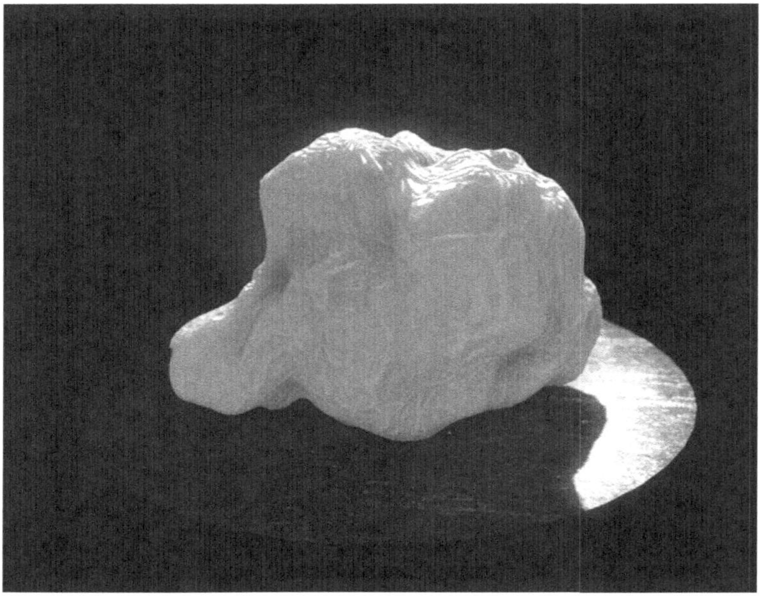

റേഡിയം

പരീക്ഷണപരിശ്രമങ്ങൾക്കിടയിൽ മേരി യദൃച്ഛയാ മറ്റൊന്നു കണ്ടെത്തി. ആകസ്മികമായ ഒരു കണ്ടെത്തൽ! ഭാഗ്യവശാലുള്ള ഇത്തരം കണ്ടുപിടുത്തത്തെ ഇംഗ്ലീഷിൽ "സെറൻഡിപിറ്റി" (serendipity) എന്നാണ് പറയുക. മേരിയുടെ serendipity എന്താണെന്നോ? പിച്ബ്ലെൻഡിൽനിന്ന് പൊളോണിയം വേർതിരിക്കാൻ അവർ ശ്രമിച്ചപ്പോൾ, അതിൽ മറ്റൊരു ലോഹമുണ്ടെന്ന് അവർ കണ്ടു. ആ ലോഹവും രശ്മികൾ പ്രസരിപ്പിക്കുന്നതാണ്! അത് പൊളോണിയത്തേക്കാൾ എത്രയോ മടങ്ങ് കൂടുതൽ റേഡിയോആക്ടിവ് ആണ്. എന്താ കഥ, അല്ലേ? ഒരു ലോഹത്തെ തിരഞ്ഞുപോയ മേരിക്ക് അതിനേക്കാൾ പ്രസരിപ്പുള്ള മറ്റൊരു ലോഹം കയ്യിൽക്കിട്ടി. എന്തൊരു serendipity!

ഇതേത് ലോഹമാണെന്ന ചിന്തയിലായി മേരി. അവർ കുറേ പരീക്ഷണങ്ങൾ നടത്തി. പരീക്ഷണങ്ങൾക്കൊടുവിൽ അവർക്കു മറ്റൊന്നു കൂടി വെളിവായി: താൻ മറ്റൊരു മൂലകം

മേരി ക്യൂറി പരീക്ഷണശാലയിൽ

കൂടി കണ്ടുപിടിച്ചിരിക്കുന്നു! അവരും, ഭർത്താവ് പിയേയും കൂടി അതിനൊരു പേരുമിട്ടു: റേഡിയം. അതിന്റെ ചെറിയൊരംശം പോലും യുറേനിയത്തേക്കാൾ ലക്ഷം മടങ്ങ് റേഡിയോആക്ടിവാണ്. അത്ര ശക്തിയുള്ളതാണ് റേഡിയം.

മേരിക്കും പിയേയ്ക്കും ആ വർഷം വിസ്മയത്തിന്റെ വർഷമായി. 1898 ഡിസംബർ ആയപ്പോഴേക്കും അവർ കണ്ടുപിടിച്ചത് രണ്ടു പുതിയ മൂലകങ്ങളാണ്. ലോകം ഇന്നേവരെ അറിഞ്ഞിട്ടില്ലാത്ത രണ്ടു രാസപദാർത്ഥങ്ങൾ. മറ്റു ശാസ്ത്രജ്ഞന്മാർക്ക് അവരെ അവഗണിക്കാൻ വയ്യെന്നായി. അവർ അവരുടെ ഗവേഷണങ്ങൾക്ക് കൂടുതൽ ശ്രദ്ധ കൊടുക്കാൻ തുടങ്ങി.

എന്നാലും, ചില ശാസ്ത്രജ്ഞന്മാർ അപ്പോഴും തെളിവുകൾ ആവശ്യപ്പെട്ടു. അവർക്ക് മേരിയെയും പിയേയും അത്ര വിശ്വാസമില്ലായിരുന്നു. അവർക്ക് റേഡിയം കാണണം; കണ്ടു തൊട്ടുനോക്കണം. എന്നാലേ, അവർക്ക് വിശ്വാസമാകൂ.

പിച്ച്ബ്ലെൻഡിൽനിന്ന് റേഡിയം വേർതിരിച്ചെടുക്കാമോ? പൊളോണിയം വേർപെടുത്താൻ മേരിക്ക് കഴിഞ്ഞില്ല. ഇനി, റേഡിയത്തിന്റെ കാര്യമെന്താകും? എന്തായാലും, മേരി ഒരു കൈ നോക്കാൻ തന്നെ തീരുമാനിച്ചു.

ക്യൂരിദമ്പതികൾക്കിപ്പോൾ അൽപ്പം പ്രശസ്തിയൊക്കെയു ണ്ടല്ലോ. ശാസ്ത്രലോകം അതിനാൽ അവരെ സ്വല്പമൊക്കെ ബഹുമാനിക്കുമെന്ന് മേരി വിചാരിച്ചു. അതുകൊണ്ട്, അവർ സോർബണിനെ സമീപിച്ചു- കൂടുതൽ വലുതും മെച്ചപ്പെട്ടതുമായ ഒരു പരീക്ഷണശാല അനുവദിച്ചു കിട്ടാൻ വേണ്ടി. അവർക്ക് നല്ല വൃത്തിയുള്ള ഒരു ശാല വേണം; പുതിയ ഉപകരണങ്ങൾ വേണം- ശല്യമൊന്നുമില്ലാതെ, ശാന്തമായ് പണിചെയ്യാൻ പറ്റിയ ഒരിടം. പക്ഷേ, സോർബൺ അവർക്ക് അതിനുള്ള അനുവാദം നൽകി യില്ല. അവരുടെ അപേക്ഷ തിരസ്കൃതമായി.

സോർബൺ അവർക്കൊരിടം, പക്ഷേ, തീരെ കൊടുക്കാതിരു ന്നില്ല. അതും വലിയൊരു സ്ഥലം തന്നെയായിരുന്നു- കോളേജിനു സമീപത്തുള്ള ചോർന്നൊലിക്കുന്ന, വൃത്തികെട്ട, പഴയൊരു ഷെഡ്ഡ് കെട്ടിടം. ആ കെട്ടിടം മുമ്പ് വൈദ്യവിദ്യാർത്ഥികൾ ഉപയോഗിച്ച താണ് - മൃതശരീരങ്ങൾ വെട്ടിമുറിച്ച് പരിശോധിക്കുന്നതിനു വേണ്ടി. അതിൽ ചൂടു കിട്ടാനുള്ള യാതൊരു സൗകര്യവുമുണ്ടായിരുന്നില്ല. മഞ്ഞുകാലത്ത് അതിനുള്ളിൽ കഴിയുക കഠിനമാണ്- മനുഷ്യൻ കോച്ചിവിറച്ച് മരവിച്ചുപോകും. അവിടെ മേരിയും പിയേയും ഒരു കൊച്ചടുപ്പിനരികിലിരുന്ന് ചായ കുറേ കുടിച്ചാണ് തണുപ്പകറ്റിയത്.

മേരിക്കിതൊന്നും പുത്തരിയല്ലല്ലോ. അവർ ഗവേഷണത്തിന്റെ തിരക്കിൽ എല്ലാം മറന്നു; പലപ്പോഴും ആഹാരം കഴിക്കാൻപോ ലും മറന്നു. ചിലപ്പോഴൊക്കെ അവർ, രാത്രിയിൽ, വീട്ടിലേക്ക് മകൾ ഐറീനിനെ കാണാൻ പോകും; ഐറീൻ ഉറങ്ങിക്കഴി ഞ്ഞാൽ വീണ്ടും ലാബിലേക്ക് തിരികേ വരും.

നീണ്ട മൂന്നു വർഷങ്ങൾ കഴിഞ്ഞു. ടൺ കണക്കിന് പിച്ബ്ലെൻ ഡാണ് ഈ കാലയളവിൽ മേരി അരിച്ചെടുത്തത് - നടുവൊടിയുന്ന പണി. ലാബിന് പുറത്തുള്ള വരാന്തയിൽ പൊടിച്ചുകിട്ടിയ പാറക്ക ല്ലുകൾ കുമിഞ്ഞു കൂടും; കുന്നുകുന്നായുള്ള തവിട്ടു നിറത്തിലുള്ള ആ പൊടി അവർ ഒരു ഷെഡ്ഡ് കുട്ടകത്തിൽ മറ്റു രാസവസ്തുക്കൾ ചേർ ത്തിളക്കും; തിളപ്പിക്കും; പിന്നെ, ലോഹങ്ങളെ വേർതിരിക്കാൻ അരിക്കും. ഒരു ടൺ പാറപ്പൊടി അരിച്ചെടുക്കാൻ അമ്പതു ടൺ

വെള്ളം വേണം. മൊത്തം എട്ടു ടൺ പിച്ബ്ലെൻഡും നാന്നൂറു ടൺ വെള്ളവുമാണ് മേരി ഉപയോഗിച്ചത്.

വിജയം പിച്ചവെച്ച് വരികയായിരുന്നു. പിച്ബ്ലെൻഡിൽനിന്ന് അവർക്ക് റേഡിയം തരികൾ കിട്ടിക്കൊണ്ടിരുന്നു. തുടക്കത്തിൽ അത് ശുദ്ധരൂപത്തിലായിരുന്നില്ല, ലവണരൂപത്തിലായിരുന്നു-റേഡിയം ലവണം എന്ന ഉപ്പുതരികൾ. ശുദ്ധറേഡിയം കിട്ടാൻ മേരിക്ക് പിന്നെയും നട്ടുവൊടിക്കേണ്ടി വന്നു.

ഈ റേഡിയം ഉപ്പുതരികൾ ആ ഇരുണ്ട ലാബിൽ രാത്രിതോറും മനോഹരമായ വെളിച്ചം ചൊരിഞ്ഞു. അവയിൽ ചിലത് ഒരു സ്ഫടികഭരണിയിലാക്കി മേരിയും പിയേയും വീട്ടിലേക്ക് കൊണ്ടുവന്നു. അവരത് തങ്ങളുടെ കിടക്കക്കരികിൽ സ്ഥാപിച്ചു. ഇരുട്ടിൽ അവ തിളങ്ങുന്നതും നോക്കി അവരങ്ങനെ കിടക്കയിലിരിക്കും.

10

റേഡിയം കൈകാര്യം ചെയ്യുന്നത് സൂക്ഷിച്ചുവേണം. അതു പ്രസരിപ്പിക്കുന്ന കിരണങ്ങൾ അപകടകാരിയാണ്. മേരിക്ക് അതറിയില്ലായിരുന്നു. റേഡിയം കൈകൊണ്ട് തൊട്ടത് വിനയായ് ഭവിച്ചു. അതവരുടെ ചർമ്മത്തെ ബാധിച്ചു. ആദ്യമൊന്നും മേരിക്കത് മനസ്സിലായില്ല. കാരണം, അത് ബാധിച്ചത് പതിയെപ്പതിയെ ആയിരുന്നു. ഹെൻറി ബെക്കറൽ തന്റെ ജാക്കറ്റിൽ റേഡിയം ഉപ്പുതരികൾ കൊണ്ടുനടന്നിരുന്നു. ഒരാഴ്ച കഴിഞ്ഞതേയുള്ളൂ, റേഡിയം തൊട്ട ഭാഗത്തുള്ള അദ്ദേഹത്തിന്റെ ചർമ്മം കരിഞ്ഞുപോയി! ഇതേ ഹാനി പിയേയ്ക്കും സംഭവിച്ചു. ദേഹത്തിന് പുറത്തു മാത്രമല്ല ഇവർക്ക് ഹാനി സംഭവിച്ചത്; ശരീരത്തിനകത്തും സംഭവിച്ചു. റേഡിയം അവരെ രോഗികളാക്കുകയായിരുന്നു.

എന്നാലും, മേരി ഗവേഷണം വിട്ടില്ല; തന്റെ കണ്ടുപിടുത്തത്തെക്കുറിച്ചുള്ള കുറിപ്പുകൾ തയ്യാറാക്കുന്നതും ഉപേക്ഷിച്ചില്ല. ചിലപ്പോഴൊക്കെ, പിയേയും കുറിപ്പുകളെഴുതാൻ മേരിയെ സഹായിച്ചു. ഇക്കാലത്തും അവർ പൂർണ്ണമായും ആദരിക്കപ്പെട്ടിരുന്നില്ല. ആദരവും ശ്രദ്ധയും പിടിച്ചുപറ്റിയത് മുഴുവൻ ബെക്കറലായിരുന്നു.

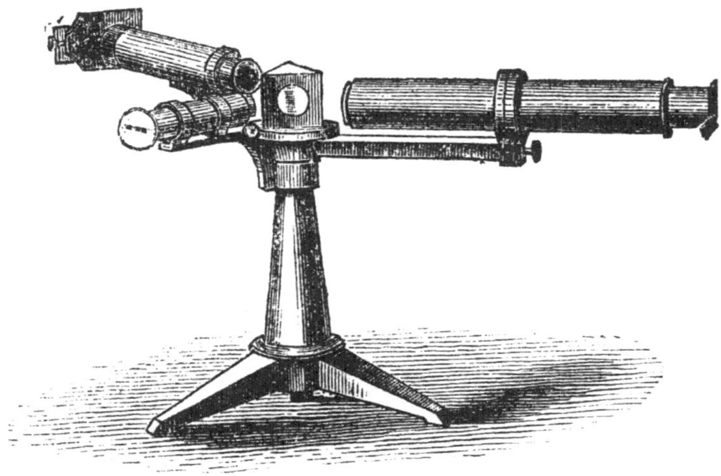

സ്പെക്ട്രോസ്കോപ് (spectroscope)

ബെക്കറലിനൊപ്പം ജോലി ചെയ്യുന്നത് ക്യൂരികൾക്ക് പ്രയാസമായിരുന്നിരിക്കണം; അക്കാദമി ഓഫ് സയൻസസ്സിൽ തന്നെ കയറ്റാതിരിക്കാൻ ബേക്കറൽ രഹസ്യമായ് പാടുപെടുന്നുണ്ടെന്ന് പിയേഴ്സ് അറിയാവുന്നതുകൊണ്ട് പ്രത്യേകിച്ചും.

നാലു വർഷങ്ങൾ കഴിഞ്ഞു. 1902 ജൂലായ് ആയി. മേരിക്ക് ശുദ്ധ റേഡിയത്തിന്റെ ഏതാനും തരികൾ ലഭ്യമായി. റേഡിയം യഥാർത്ഥത്തിൽ ഉള്ളതാണെന്ന് തെളിയിക്കാൻ അതു മതിയല്ലോ. ഇതര ശാസ്ത്രപ്രതിഭകൾ ആ തരികൾ പരിശോധിച്ചു. അവർക്ക് ബോദ്ധ്യമായി - മേരി പറഞ്ഞത് ശരിയാണ്: റേഡിയം എന്നൊരു മൂലകമുണ്ട്!

ഓരോ രാസമൂലകത്തിനും അതിന്റേതായ പ്രത്യേകതയുണ്ട്; അതുപോലെതന്നെ, ലോഹത്തിനും-കാരണം, ലോഹവും രസമൂലകമാണല്ലോ. ഒരു രാസപദാർത്ഥം ഏതാണെന്ന് മനസ്സിലാക്കാൻ, അതിന്റെ സ്വരൂപം (identity) തിരിച്ചറിയാൻ ശാസ്ത്രജ്ഞന്മാർക്ക് ഒരു രീതിയുണ്ട്. ആദ്യം അവരതിനെ ചൂടാക്കും; അത് വെട്ടിത്തിളങ്ങുന്നതുവരെ. പിന്നീട്, അവരാ തിളക്കത്തെ

ഒരുപകരണത്തിലൂടെ നിരീക്ഷിക്കും. ആ ഉപകരണത്തെയാണ് സ്പെക്ട്രോസ്കോപ് (spectroscope) എന്നു വിളിക്കുന്നത്. തിളങ്ങുന്ന വെളിച്ചത്തിലുള്ള വർണ്ണരാജി (spectrum) ഈ സ്പെക്ട്രോസ്കോപ്പിന് കാണാൻ കഴിയും. ഓരോ മൂലകത്തിനും അതിന്റേതായ സവിശേഷ വർണ്ണരാജിയാണുള്ളത്. ഈ വർണ്ണരാജിയെ അതിന്റെ വിരലടയാളമാണെന്ന്(fingerprint) നമുക്ക് വേണമെങ്കിൽ പറയാം. ഒരാളുടെ വിരലടയാളം മറ്റൊരാൾക്കുണ്ടാകില്ലല്ലോ. അതയാൾക്ക് മാത്രമല്ലേ ഉണ്ടാകൂ? അതുപോലെ ഒരു മൂലകത്തിന്റെ വർണ്ണരാജി മറ്റൊരു മൂലകത്തിനുണ്ടാകില്ല. അത് ആ മൂലകത്തിന്റെ തിരിച്ചറിയൽ കാർഡാണ്. ഇതുവരെ കാണാത്ത ഒരു വർണ്ണരാജിയാണ് ശാസ്ത്രജ്ഞന്മാർ സ്പെക്ട്രോസ്കോപ്പിലൂടെ കാണുന്നതെങ്കിൽ, ആ മൂലകം ഒരു പുതുപുത്തൻ മൂലകമായിരിക്കും. റേഡിയം അതുപോലൊരു പുതുപുത്തൻ ലോഹമായിരുന്നു. റേഡിയം താൻ കണ്ടുപിടിച്ച പുതിയ മൂലകമാണെന്ന് സ്ഥാപിക്കാൻ മേരിക്ക് ഒരേയൊരു വഴിയേയുണ്ടായിരുന്നുള്ളൂ- റേഡിയത്തെ സ്പെക്ട്രോസ്കോപ്പിലൂടെ നിരീക്ഷിക്കുക. ഈ പരീക്ഷണത്തിന് ആവശ്യമായത്ര റേഡിയം കിട്ടാൻ മേരിക്ക് മൂന്നിലധികം കൊല്ലങ്ങൾ വേണ്ടിവന്നു.

മേരി തന്റെ കണ്ടുപിടുത്തത്തെ സംബന്ധിച്ച നീണ്ടൊരു ഗവേഷണ പ്രബന്ധമെഴുതി. സോർബണിൽനിന്ന് PhD കിട്ടാൻ അതു മതി. തനിക്കിടാനുള്ള കുപ്പായങ്ങളെക്കുറിച്ച് മേരി അത്രയൊന്നും ആലോചിക്കാത്തവളാണ്. പക്ഷേ, ഈയൊരു അവസരത്തിലേക്കായി അവർ പുതിയൊരു ഉടുപ്പ് വാങ്ങി. 1903-ലെ ജൂലായിൽ അതാഘോഷിക്കാൻ അവരൊരു അത്താഴവിരുന്നൊരുക്കി. വിരുന്നിൽ ചങ്ങാതിമാരും പേരുകേട്ട ശാസ്ത്രജ്ഞന്മാരും പങ്കെടുത്തു; കൂട്ടത്തിൽ ഗബ്രിയേൽ ലിപ്മനും പങ്കെടുത്തു. അവരെല്ലാം മേരിയുടെ പേരിൽ അഭിമാനപുളകിതരായി.

ഇപ്പോൾ, മേരിക്കും പിയേറ്റിനും മാന്യമായ ഏതെങ്കിലുമൊരു പരീക്ഷണശാലയിൽ ഉദ്യോഗം കിട്ടുമെന്ന പ്രതീക്ഷയായി.

അവർക്കു വേണ്ടത് അതായിരുന്നു: ശുചിയായ, ശാന്തമായ ഒരു പണിയിടം. പക്ഷേ, അതിനേക്കാൾ ഗംഭീരമായ മറ്റൊന്ന് അവരെ തേടി വരുന്നുണ്ടായിരുന്നു - നോബൽ സമ്മാനം!

11

1903-നവംബറിലെ ഒരു ദിനം. മേരി ക്യൂരിക്കും അവരുടെ ഭർത്താവിനും ഒരു കത്തു കിട്ടുന്നു. അതൊരു ക്ഷണക്കത്താണ്. പാരീസിൽ നിന്ന് സ്വീഡനിലേക്കു പോയി രാജാവിനെയും റാണിയെയും കാണാനുള്ള ക്ഷണം. മേരിക്ക് അവിടെവെച്ച് ഒരു സ്വർണ്ണമെഡൽ സമ്മാനിക്കപ്പെട്ടും; ഒപ്പം, വിശദമായ അത്താഴവും ഒരുപാടു പണവും. മേരി ലോകം മുഴുവൻ അറിയപ്പെടാൻ പോവുകയാണ്. അവർക്ക് നോബൽ സമ്മാനം കിട്ടാൻ പോവുകയാണ്.

സമ്മാനങ്ങളിൽവെച്ച് സുപ്രധാനവും സുപ്രശസ്തവുമായ ഒന്നാണ് നോബൽ സമ്മാനം. ഡയനമിറ്റ് കണ്ടുപിടിച്ച ഒരു സ്വീഡിഷ് ശാസ്ത്രജ്ഞനാണ് ഇതേർപ്പാടാക്കിയത്. അദ്ദേഹത്തിന്റെ പേരാണ് ആൽഫ്രഡ് നോബൽ. അങ്ങേർ വലിയൊരു പണക്കാരനായിരുന്നുവെന്ന് പറയേണ്ടതില്ലല്ലോ. തന്റെ പണം കൊണ്ട് ആളുകളെ സമ്മാനിക്കണമെന്ന് ഈ മഹാനു തോന്നി-ഏതെങ്കിലും ആളുകളെയല്ലാ, ലോകത്തെ മെച്ചമുള്ളതാക്കാൻ സഹായിക്കുന്ന ആളുകളെ. അതിനുവേണ്ടി ഉണ്ടാക്കപ്പെട്ട സമ്മാനമാണ് നോബൽ, അല്ലെങ്കിൽ നൊബേൽ സമ്മാനം.

ആൽഫ്രഡ് നോബൽ

ശാസ്ത്രം, വൈദ്യം, സാഹിത്യം, സമാധാനം എന്നീ മേഖലകളിലെ സംഭവനകൾക്കാണ് സമ്മാനം കിട്ടുക. ഇന്ന് നോബൽ സമ്മാനം കിട്ടുന്നവർക്ക് അതിനൊപ്പം കിട്ടുന്ന പണമെത്രയെന്നോ? ഒരു മില്യൺ ഡോളറിലധികം!

സമ്മാനം കിട്ടുന്നവർ സ്വീഡനിലെ സ്റ്റോക്ഹോമിലേക്ക് പോകണം. അവിടെ ഒരാഡംബര ചടങ്ങിൽ സംബന്ധിക്കണം. ചടങ്ങിൽവെച്ച് സ്വീഡനിലെ രാജാവാണ് സ്വർണ്ണമെഡൽ നൽകുക. അതിനു ശേഷം, രാജാവിനും രാജ്ഞിക്കുമൊപ്പം സദ്യയുണ്ണാനും അവസരം കിട്ടും.

1901-ലാണ് നോബൽ സമ്മാനങ്ങൾ ആദ്യമായ് കൊടുത്തു തുടങ്ങിയത്. വില്യം റന്റ്ഗൺ X-റേ കണ്ടുപിടിച്ചതിന് സമ്മാനം കിട്ടിയെന്നു പറഞ്ഞല്ലോ. അത് 1901-ലാണ്. രണ്ടുകൊല്ലം കഴിഞ്ഞ്, 1903-ലാണ് മേരിക്കും പിയേറിനും ഈ സമ്മാനം

നോബൽ പ്രൈസ്

കിട്ടുന്നത്. നോബൽ സമ്മാനം കിട്ടിയ ഇന്ത്യാക്കാരും ഇന്ത്യൻ വംശജരും കുറവല്ല: രബീന്ദ്രനാഥ് ടാഗോർ 1913-ൽ സാഹിത്യത്തിനുള്ള സമ്മാനം നേടി; സി. വി. രാമനും (1930) സുബ്രമണ്യം ചന്ദ്രശേഖറും (1980) ഈ സമ്മാനം കിട്ടിയവരിൽ പെടും. ശാസ്ത്രത്തിലുള്ള സംഭാവനക്കാണ് അവരിത് നേടിയത്. 1968-ൽ മറ്റൊരിന്ത്യാക്കാരൻ നോബൽ സമ്മാനത്തിന് അർഹനായി- ഹർഗോബിന്ദ് ഖൊറാനാ. വൈദ്യമേഖലയിലെ സംഭാവനക്കാണ് ഇദ്ദേഹത്തിനത് കിട്ടിയത്. 2014-ൽ കൈലാഷ് സത്യാർത്ഥി എന്നയാൾക്ക് സമാധാനത്തിനുള്ള സമ്മാനം കിട്ടി. അതിനുമുമ്പ് മദർ തെരേസക്കും നോബൽസമാധാനസമ്മാനം കിട്ടിയിരുന്നു- 1979-ൽ.

ഒരു ശാസ്ത്രജ്ഞന് കിട്ടാവുന്ന ലോകത്തിലെ ഏറ്റവും മഹത്തായ ബഹുമതിയാണ് നോബൽ സമ്മാനം. അതിലപ്പുറമൊരു ബഹുമതി ഇന്ന് ലോകത്തിലില്ല. പിയേയ്ക്കും മേരിക്കും കത്തു കിട്ടിയപ്പോൾ, പക്ഷേ, അതിൽ അധികം വിവരമൊന്നുമുണ്ടായിരുന്നില്ല. ബഹുമതി അർപ്പിക്കാൻ സ്വീഡൻ രാജാവുണ്ടാകുമെന്ന് കത്തിലുണ്ടായിരുന്നില്ല. ഒരു ചാക്ക് പണം കിട്ടുമെന്ന കാര്യവും കത്തിൽ പ്രതിപാദിച്ചിരുന്നില്ല. അക്കാലത്ത് ആ പണം ഇന്നത്തെ അഞ്ചു ലക്ഷം ഡോളറോളം വരുമായിരുന്നു.

കത്തിന് പിയേ കൊടുത്ത മറുപടി കേട്ടാൽ നമ്മൾ ഞെട്ടിപ്പോകും. നോബൽസമ്മാനകമ്മറ്റിക്ക് അദ്ദേഹം എഴുതിയതെന്താണെന്നോ? തങ്ങൾക്ക് സ്വീഡനിലോട്ട് വരാൻ ഉദ്ദേശ്യമില്ലെന്ന്! സമ്മാനത്തിന് അദ്ദേഹം നന്ദി അറിയിച്ചു; മേരിക്ക് സുഖമില്ലെന്ന വിവരവും എഴുതി. ദീർഘയാത്രയല്ലേ, സ്വീഡനിലേക്കുള്ള യാത്രയ്ക്കുള്ള സമയം കിട്ടുമെന്നും തോന്നുന്നില്ല; തങ്ങൾ അദ്ധ്യാപന ജോലിയിൽ തിരക്കിലാണ്- ഇതൊക്കെയാണ് മറുപടിയിൽ വിശദീകരണമായി പിയേ എഴുതിയത്.

ഇതൊരൽപ്പം കടന്ന കയ്യാണെന്ന് പിയേക്കും മേരിക്കും അപ്പോൾ തോന്നിയില്ല. മര്യാദകേടാണിതെന്ന് അവർ തിരിച്ചറിഞ്ഞില്ല. അതേസമയം, നോബൽ സമ്മാനം വലിയൊരു കാര്യമാണെന്നും അവർ അറിഞ്ഞിരുന്നില്ല. സമ്മാനം സ്ഥാപിതമായിട്ട് മൂന്ന് വർഷം കഴിഞ്ഞതല്ലേയുള്ളൂ.

പിയേക്കും മേരിക്കും സമ്മാനം കിട്ടിയത് മറ്റൊരു ശാസ്ത്രജ്ഞനൊപ്പമായിരുന്നു- ഹെൻറി ബെക്കറലിനൊപ്പം. മൂപ്പർ നേരെ സ്വീഡനിലേക്ക് വിട്ടു; സമ്മാനം കൈപ്പറ്റി. സമ്മാനം സ്വീകരിച്ചുകൊണ്ട് സംസാരിച്ചപ്പോൾ മൂപ്പരൊരു പണി പറ്റിച്ചു: പണിയെല്ലാമെടുത്തത് താനാണെന്ന മട്ടിലാണ് അങ്ങേര് സംസാരിച്ചത്; മേരിയെപ്പറ്റിയോ, പിയേയെപ്പറ്റിയോ ഒരക്ഷരം മിണ്ടിയില്ല.

12

അങ്ങനെയൊക്കെയാണ് കാര്യങ്ങൾ സംഭവിച്ചതെങ്കിലും, രാവുവെളുത്തപ്പോഴേക്കും ക്യൂരികൾ വിശ്വവിഖ്യാതരായി. വൃത്താന്തപത്രങ്ങളിലെല്ലാം അവരെക്കുറിച്ചുള്ള വാർത്തകൾ നിരന്നു. മേരി ആളുകൾക്കൊരു കൗതുകമായി- ഒരു പെൺശാസ്ത്രജ്ഞ! പത്രലേഖകർ അവരുടെ വീട്ടിലേക്ക് നിത്യേനയെന്നോണം വന്നുകൊണ്ടേയിരുന്നു. മേരി വീട്ടിലില്ലാത്തപ്പോൾ അവർ മകൾ ഐറീനിനോട് വിശേഷങ്ങൾ തിരക്കി. ഈ പത്രക്കാരുടെ കാര്യം പറഞ്ഞാൽ ചിരിച്ചു മണ്ണുകപ്പും. മേരിയുടെ പൂച്ചയെക്കുറിച്ചുപോലും അവന്മാർ കഥകളെഴുതി പിടിപ്പിച്ചു.

പത്രങ്ങളിൽ മേരിയുടെ പേര് “മദാം ക്യൂരി”യെന്നാണ് വന്നത്. മിസ്സിസ് (Mrs) അഥവാ ശ്രീമതിയെന്നതിനുള്ള ഫ്രഞ്ചു വാക്കാണ് “മദാം”. ഒരർത്ഥത്തിൽ പത്രക്കാർ മേരിയെ പിയേ ക്യൂരിയുടെ ഭാര്യ മാത്രമായാണ് കണ്ടത് - സ്വന്തമായ രീതിയിൽ കീർത്തി നേടിയ ഒരാളായിട്ടല്ല. ശിഷ്ടജീവിതത്തിൽ മേരി മദാം ക്യൂരിയായിത്തന്നെ അറിയപ്പെട്ടുപോന്നു.

പിയേയ്ക്ക് ഈ കോലാഹലങ്ങളൊന്നും പിടിച്ചില്ല. അങ്ങേർക്ക് പ്രശസ്തിയോട് വെറുപ്പായിരുന്നു. തന്നെ ജോലി ചെയ്യാൻ

റേഡിയം ഡയലുകൾ

സമ്മതിക്കാത്ത എന്തിനോടും അദ്ദേഹത്തിന് വെറുപ്പായിരുന്നു. ആഴ്ചകളോളം മേരിയും പിയേയും പത്രക്കാരിൽനിന്ന് ഒഴിവാകാൻ പരമാവധി മിനക്കെട്ടു. അവരുടെ ചോദ്യങ്ങൾക്ക് അവർ പലപ്പോഴും ഉത്തരം നൽകിയത് ഒറ്റ വാക്കിലാണ്:

“ഉവ്വ്.”

“ഇല്ല.”

പ്രസിദ്ധികൊണ്ട് അവർക്കൊരു ഗുണമുണ്ടായി. പിയേയ്ക്കൊരു പ്രൊഫസറുടെ ജോലി നൽകാൻ സോർബൺ തയ്യാറായി.അദ്ദേഹത്തിനും മേരിക്കും മെച്ചപ്പെട്ട ഒരു ലാബ് നൽകാനും സോർബൺ മടികാണിച്ചില്ല. അതിനു വേണ്ടിയാണല്ലോ കൊല്ലങ്ങളോളം അവർ യാചിച്ചത്.

ഈ നേരത്ത് ലോകം റേഡിയത്തിന്റെ പേരിൽ ഭ്രാന്തെടുക്കുകയായിരുന്നു. ഭ്രാന്തിനു കാരണം മറ്റൊന്നുമല്ല. റേഡിയം ഇരുട്ടിൽ തിളങ്ങുന്നതു തന്നെ! പലയാളുകളും റേഡിയമൊരു മാന്ത്രിക ഔഷധമാണെന്ന ധാരണയുള്ളവരായി. അതിന് രോഗനിവാരണ ശക്തിയുണ്ടെന്ന് പലരും ധരിച്ചു വശായി. അങ്ങനെ ധരിച്ചതിൽ

മേരിയും കുട്ടികളും

അവരെ കുറ്റപ്പെടുത്താൻ പറ്റില്ല, കേട്ടോ? ആ വിശ്വാസത്തിൽ അൽപ്പം നേരില്ലാതില്ല. ക്യാൻസർ (അർബ്ബുദം) ചികിത്സിക്കുന്നതിൽ റേഡിയത്തിന് സഹായിക്കാനാകും. അതേസമയം, റേഡിയത്തിന് രോഗഹേതുവാകാനും കഴിയും. റേഡിയം രോഗിയാക്കിയവരിൽ മേരിയും ഭർത്താവും കൂടിയുൾപ്പെടും.

എന്തു വിഡ്ഢിത്തം കേട്ടാലും അതു കണ്ണും പൂട്ടി പരീക്ഷിക്കുന്ന ഒരു കൂട്ടരുണ്ട് - പണക്കാർ. ഏതു മൂഢസാഹസത്തിനുമുള്ള പണം അവരുടെ കീശയിലിരിപ്പുണ്ടല്ലോ. പണക്കാർ നിത്യേന റേഡിയം ചാലിച്ച വെള്ളം കുടിക്കാൻ തുടങ്ങി. അതിന്റെ ഫലം ദുരന്തമായിരുന്നു: ഈ കുടിയന്മാരുടെ താടിയെല്ലുകൾ പൊടിപൊടിയായിപ്പോയി. അഭിനേതാക്കളും നർത്തകരും തങ്ങളുടെ രംഗവസ്ത്രങ്ങളിൽ റേഡിയം പിടിപ്പിച്ചു - ഇരുട്ടിൽ തിളങ്ങുന്നതിനു വേണ്ടി! വാച്ചുകളിലും ക്ലോക്കുകളിലും റേഡിയം കലർത്തിയ ചായങ്ങൾ പുരട്ടിയപ്പോൾ അവയിലെ കയ്യുകൾ ഇരുട്ടിൽ മിന്നിത്തിളങ്ങി. ഒരു മേക്കപ്പ് കമ്പനി ഒരു പടികൂടി മുന്നോട്ടുപോയി. അവന്മാർ ചുണ്ടിൽ തേക്കുന്ന ചായത്തിൽ (ലിപ്സ്റ്റിക്കിൽ) റേഡിയം

ചേർത്തു. പക്ഷേ, ഇത്തരം പ്രയോഗങ്ങൾ നാട്ടുകാർക്ക് ഗുണമല്ല, ദോഷമാണുണ്ടാക്കിയത്.

റേഡിയം കൊണ്ട് ഏറ്റവുമധികം ദോഷമുണ്ടായത് ക്യൂരികൾ ക്കാണ്. എത്രയോ വർഷങ്ങൾ അവരത് കൈകാര്യം ചെയ്തതല്ലേ? പിയേയുടെ കൈകൾ സാധാരണപോലെ ഉപയോഗിക്കാൻ പറ്റാതായി. അദ്ദേഹത്തിന് കുപ്പായമിടുന്നതിന് ബുദ്ധിമുട്ടായി; എല്ലുകൾ വേദനിച്ചു; വേദന കൊണ്ട് നടക്കാൻ മേലാതായി.

മേരിയുടെ നിലയും വ്യത്യസ്തമായിരുന്നില്ല. അവർക്കും ബലക്ഷ യമുണ്ടായി. എങ്കിലും, 1904ൽ ഒരിക്കൽക്കൂടി അവർ ഗർഭം ധരിച്ചു. അതിനുള്ള ആരോഗ്യം അവർക്കുണ്ടായിരുന്നു. ഡിസംബർ ആറിന് അവർക്ക് വീണ്ടുമൊരു പെൺകുട്ടിയുണ്ടായി. ആ കുട്ടിക്ക് അവർ ഈവ് (Eve) എന്ന് പേരിട്ടു.

നോബൽ സമ്മാനം കിട്ടി കുറച്ചു കാലത്തേക്ക് മേരിയും പിയേയും ജീവിതം ആസ്വദിച്ചു. അവർ ജോലിയിൽനിന്ന് അവധി യെടുത്ത് കടൽത്തീരത്തേക്ക് പോയി; അവിടെ കുറച്ചു സ്ഥലം വാങ്ങി. സമ്മാനത്തുകയിൽനിന്ന് അൽപ്പമെടുത്ത് അവർ പുത്ത നുടുപ്പുകൾ വാങ്ങി; പുറത്തുപോയി നല്ല ഭക്ഷണം കഴിച്ചു. സമ്മാന ത്തുകയിലെ നല്ലൊരു ഭാഗം അവർ മേരിയുടെ പോളണ്ടിലേക്കുള്ള വീട്ടിലേക്കാണയച്ചത്. ജീവിതം അങ്ങനെ മനോഹരമായി കടന്നു പോവുകയായിരുന്നു.

അപ്പോഴാണ്, 1906 ഏപ്രിലിൽ, ഒരു ഭീകര സംഭവമുണ്ടായത്. മേരിയുടെ ജീവിതം അതോടെ കീഴ്മേൽ മറിഞ്ഞു.

13

ആ സംഭവം ഭീകരമാണെന്ന് പറഞ്ഞു. അതു ശരിക്കുമൊരു ഭീകര ദുരന്തമായിരുന്നു. 1906-ഏപ്രിൽ 19-നാണ് സംഭവം നടന്നത്. മഴ നനഞ്ഞൊലിക്കുന്ന ഒരു പ്രഭാതം. ആ പ്രഭാതത്തിൽ പിയേ ഒരു ശാസ്ത്രസമ്മേളനത്തിൽ സംബന്ധിക്കാൻ പോയി. ഉന്മേഷത്തോടെയാണ് അദ്ദേഹം പോയത്. അദ്ദേഹത്തിന്റെ ചങ്ങാതിമാർ അദ്ദേഹം വളരെ സന്തോഷവാനായിരുന്നെന്നു പറഞ്ഞു. മുമ്പെങ്ങുമില്ലാതിരുന്ന രീതിയിൽ അദ്ദേഹം ഒരുപാടു സംസാരിച്ചു.

സമ്മേളനം കഴിഞ്ഞു. പിയേ പുറത്തിറങ്ങി. മഴ അപ്പോഴും തോർന്നിരുന്നില്ല. തെരുവിൽ ആകെ ബഹളമായിരുന്നു- കുതിരവണ്ടികൾ, കാറുകൾ, ആളുകൾ, ട്രാമുകൾ. പിയേ തിരക്കേറിയ തെരുവു മുറിച്ചുകടക്കാൻ തുനിഞ്ഞു. കാലെടുത്തു വെച്ചപ്പോഴേക്കും ഒരു കൂറ്റൻ കുതിരവണ്ടി അദ്ദേഹത്തെ തട്ടി. വീഴാതിരിക്കാൻ പിയേ കുതിരയെ പിടിക്കാൻ നോക്കി; സാധിച്ചില്ല. രോഗം തളർത്തിയിരുന്ന ആ മനുഷ്യൻ വീണുപോയി. ഭാരമേറിയ വണ്ടി നിർത്താൻ ഡ്രൈവർ ശ്രമിച്ചെങ്കിലും പരാജയപ്പെട്ടു. വണ്ടിച്ചക്രം പിയേയുടെ തലയോട്ടി തകർത്തുകൊണ്ട് മുമ്പോട്ടു നീങ്ങി.

കുറച്ചു മണിക്കൂറുകൾ കഴിഞ്ഞപ്പോൾ മേരി കേട്ടത് ഭർത്താവ് മരിച്ചുവെന്ന വാർത്തയാണ്. ഇടിത്തീ പോലെയാണ് ആ വാർത്ത മേരിക്കുമേൽ നിപതിച്ചത്. ഇനിയെന്ത് ജീവിതം, ജീവിതത്തിലിനി യെന്ത് ആനന്ദം എന്ന ചിന്തയാണ് മേരിക്കപ്പോൾ തോന്നിയത്. അവർ മൗനത്തിലാണ്ടു; ഒന്നും തിന്നാതെയും കുടിക്കാതെയുമായി; കിടക്കവിട്ട് എഴുന്നേൽക്കാതായി. ജീവിതം അവസാനിച്ചുവെന്ന മട്ടിലായി അവരുടെ പെരുമാറ്റം. മാസങ്ങളോളം മേരി ഒറ്റയ്ക്ക്, സങ്കടത്തിൽ കഴിച്ചുകൂട്ടി. മക്കൾ ഐറീനിനും ഈവിനും വേണ്ടി യല്ലെങ്കിൽ താൻ ജീവിച്ചിരിക്കില്ലായിരുന്നുവെന്നാണ് അവർ മറ്റുള്ളവരോട് പറഞ്ഞത്. ജീവിക്കാൻ തനിക്ക് മറ്റു കാരണങ്ങ ളൊന്നുമില്ലാതായി.

കുറച്ചുകാലം കൂടി കഴിഞ്ഞു. സോർബൺ മേരിയെ ക്ഷണിച്ചു- പിയേയുടെ ജോലി, അദ്ധ്യാപകജോലി, ഏറ്റെടുക്കാൻ. മേരി സമ്മതിച്ചു. അത് ഒരേ സമയം മധുരിക്കുന്നതും കയ്ക്കുന്നതുമായ ഒരു നേട്ടമായിരുന്നു. പിയേ ജീവിച്ചിരുന്നപ്പോൾ സോർബൺ അവരെ പ്രൊഫസറാകാൻ അനുവദിച്ചില്ല. കാരണം, സോർബണിൽ അതുവരെ പെണ്ണുങ്ങളാരും പഠിപ്പിച്ചിട്ടില്ല. ഇതാ, ഇപ്പോൾ, പിയേ മരിച്ചപ്പോൾ അദ്ദേഹത്തിന്റെ സ്ഥാനം അവർക്ക് വച്ചുനീട്ടിയിരി ക്കുന്നു.

1906, നവംബറിലെ ഒരു ദിവസം. മേരി പഠിപ്പിക്കാൻ സോർബ ണിലെത്തി. അവരുടെ ആദ്യത്തെ ക്ലാസ്സ്! അവരെ ഒന്നു കാണാൻ

സോർബൺ യൂണിവേഴ്സിറ്റിയിൽ

തെരുവിൽ ആൾക്കാർ നിരനിരയായ് നിന്നു; പത്രലേഖകരും ഫോട്ടോ പിടിക്കുന്നവരും പാഞ്ഞെത്തി. സുപ്രസിദ്ധയായ മദാം ക്യൂരി എന്തു പറയുമെന്നറിയാൻ ആൾക്കൂട്ടം കൗതുകത്തോടെ കാത്തുനിന്നു. എന്താണവർ പറയുക? പിയേയെക്കുറിച്ച് അവർ പരാമർശിക്കുമോ? ശാസ്ത്രലോകത്തിന് അദ്ദേഹം എത്ര അമൂല്യമായിരുന്നുവെന്ന് പറയുമോ? ഇല്ല; അങ്ങനെയൊരു കാര്യവും അവർ പരാമർശിച്ചില്ല. പിയേ തന്റെ ക്ലാസ്സ് എവിടെവെച്ച് അവസാനിപ്പിച്ചുവോ, അവിടംതൊട്ട് അവർ നേരെ തുടങ്ങി. ക്ലാസ്സ് കേട്ടവരിൽ പലരും കണ്ണീരടക്കാൻ പാടുപെട്ടു. പിയേയില്ലാതെ മേരിക്ക് ഒരടി മുമ്പോട്ടുപോകുവാൻ എത്ര ബുദ്ധിമുട്ടാണെന്ന് അവർക്കെല്ലാം നല്ല ബോദ്ധ്യമുണ്ടായിരുന്നു.

ചില വർഷങ്ങൾ പിന്നിട്ടു. ആ വർഷങ്ങളിലെല്ലാം മേരി വിഷാദത്തിൽ മുങ്ങിയിരുന്നു. ജോലിയിൽ തുടർന്നുകൊണ്ടിരിക്കേ, അവർ കുട്ടികളെ മറ്റൊരു വീട്ടിലേക്കു മാറ്റി - പാരീസിൽനിന്ന് അത്ര അകലത്തല്ലാത്ത ഒരു ഗ്രാമപ്രദേശത്തേക്ക്. അവർക്ക് ഐറീനിനേയും ഈവിനേയും നീന്തൽ പഠിപ്പിക്കണമെന്നുണ്ടായിരുന്നു; തുറസ്സായ സ്ഥലത്ത് അവർ കളിച്ചു വളരാനാണ്

മേരി ആഗ്രഹിച്ചത്. ഐറീൻ ഏറെ സാമർത്ഥ്യമുള്ള കുട്ടിയാണ്. അവൾക്ക് മേരിയെപ്പോലെ കണക്കും സാഹിത്യവുമാണ് ഇഷ്ടം. ഈവിനാകട്ടെ, സംഗീതമാണ് പ്രിയം; അതിലാണ് ചാതുര്യവും.

കുറച്ചു കുട്ടികളെ വീട്ടിൽവെച്ച് പഠിപ്പിക്കാൻ മേരി സുഹൃത്തുക്കളുടെ സഹായം തേടി. പണ്ടത്തെ "പറക്കും പാഠശാല" (Flying University) ഓർമ്മയില്ലേ? അതുപോലൊരു സംവിധാനം. ഓരോരോ വീടുകളിലായി ഇടവിട്ടിടവിട്ട് മുതിർന്നവർ കുട്ടികളെ പഠിപ്പിച്ചുകൊണ്ടിരുന്നു.

മേരിയുടെ ചങ്ങാതിമാരെല്ലാം ശാസ്ത്രകാരന്മാരായിരുന്നു. അവരെല്ലാം ഒത്തുചേർന്നാണ് സമയം ചെലവഴിച്ചത്; ആഹാരവും അദ്ധ്യാപനവും എല്ലാമൊരുമിച്ചായിരുന്നു. അവർ ഒഴിവുകാലത്ത് ബീച്ചിൽ പോയതും ഒരുമിച്ചാണ്. ഉറ്റ സുഹൃത്തുക്കളായിരുന്നു ഈ ചങ്ങാതിമാർ.

ഇക്കാലത്തൊക്കെ മേരി ധരിച്ചത് കറുത്തൊരുടുപ്പായിരുന്നു - ഭർത്താവ് മരിച്ചതിന്റെ ഓർമ്മക്കായുള്ള വിലാപവസ്ത്രം. മരണത്തെ സൂചിപ്പിക്കാൻ ആളുകൾ കറുപ്പു നിറം ഉപയോഗിക്കാറുണ്ടല്ലോ. ഒരു ദിവസം മേരിയുടെ ചങ്ങാതിമാർ അവരിലൊരു മാറ്റം ശ്രദ്ധിച്ചു. അവരൊട്ടും പ്രതീക്ഷിക്കാതെ മേരി സന്തോഷവതിയായ് കാണപ്പെട്ടു. അവരുടുത്തിരിക്കുന്നതോ, കറുപ്പല്ല, പൂക്കളുള്ള മനോഹരമായൊരു വേഷം. താമസിയാതെ, ചങ്ങാതിമാർക്ക് കാര്യം പിടികിട്ടി. മേരിയുടെ സന്തോഷത്തിനുള്ള കാരണം അവർ മനസ്സിലാക്കി - മേരി പ്രേമത്തിലാണ്!

14

പ്രേമമൊക്കെ നല്ലതു തന്നെ. പക്ഷേ, മേരി പ്രേമിച്ചത് ആരെയാണെന്നോ? കല്ല്യാണം കഴിഞ്ഞൊരാളെ! ഒരു വിവാഹിതനെ പ്രേമിക്കുന്നത് അപകടമാണെന്ന് പ്രത്യേകിച്ച് പറയേണ്ടതില്ലല്ലോ. മേരിയുടെയും പിയേയുടെയും ചങ്ങാതിക്കൂട്ടത്തിൽപ്പെട്ട ആളായിരുന്നു ഇയാൾ. ഒരു ഫ്രഞ്ചുകാരൻ; പേര് പോൾ ലാഷെവിൻ (Langevin). പിയേയുടെ ശിഷ്യൻ കൂടിയാണ് ടിയാൻ- അതിബുദ്ധിമാനായ ഭൗതികശാസ്ത്രജ്ഞൻ- നല്ല ചങ്ങാതിയും.

പോൾ വിവാഹിതനാണെന്ന് പറഞ്ഞു. അത് പാതി സത്യം. അയാളുടെ വിവാഹം സന്തുഷ്ടമായിരുന്നില്ലാ എന്നതാണ് പൂർണ്ണ സത്യം. അയാളുടെ ഭാര്യ, ഷീന (Jeanne) ആക്രമണവാസനയുള്ളവളായിരുന്നു. അവളെ കല്യാണം കഴിച്ചത് തെറ്റായിപ്പോയീയെന്ന പശ്ചാത്താപത്തിലാണ് പോൾ ജീവിച്ചത്. വിവാഹം കഴിഞ്ഞ ഒരുത്തനെ പ്രേമിക്കണമെന്ന് മേരിക്ക് ആഗ്രഹമുണ്ടാകാൻ സാദ്ധ്യത കുറവാണ്. പക്ഷേ, ഹൃദയത്തിന്റെ കാര്യമല്ലേ? അതിന് കണ്ണും മൂക്കുമില്ലല്ലോ? മേരി സ്വന്തം ഹൃദയത്തെ

മേരിയും ലാഷെവിനും

അനുസരിച്ചുപോയി. പോളുമൊത്ത് അവർ സമയം ചെലവിടാൻ തുടങ്ങി. വർഷങ്ങൾക്കു ശേഷം അവർ സന്തോഷമെന്തെന്ന് അറിയുകയായിരുന്നു.

പ്രേമിക്കുന്നവർ എന്താ ചെയ്യുക? അവർ സന്ദേശങ്ങൾ കൈമാറും. മേരിക്ക് പോൾ പ്രേമലേഖനങ്ങളെഴുതി; മേരി പോളിനും. ഒരു ദിവസം പോളിന്റെ ഭാര്യ, ഷീന, ഈ കത്തുകൾ കണ്ടു. പോരേ പൂരം! തന്റെ ഭർത്താവിന് വേറൊരുത്തിയുമായ് അവിഹിതപ്രേമമോ? ഏതു ഭാര്യയാണ് അത് താങ്ങുക? ഷീനക്കും അതു സഹിച്ചില്ല. അവൾ കോപത്താൽ ആളിക്കത്തി. താൻ മേരിയെ കൊന്നുകളയുമെന്ന് അവൾ ഭീഷണി മുഴക്കി. മേരി പോകുന്നിടത്തൊക്കെ അവൾ അവരെ പിന്തുടരാൻ തുടങ്ങി.

മേരി പോളിനോട് ഭാര്യയെ വിവാഹമോചിതയാക്കാൻ ആവശ്യപ്പെട്ടു; ഭാര്യയെ വിട്ട് തന്റെ കൂടെ പോരാൻ പറഞ്ഞു. പോൾ പ്രതിസന്ധിയിലായി. അയാൾ വിവാഹിതൻ മാത്രമായിരുന്നില്ല; അയാളൊരു പിതാവു കൂടിയായിരുന്നു. ഒന്നും രണ്ടുമല്ല, നാലു മക്കളാണ് പോളിന്. കുടുംബം ഛിന്നഭിന്നമാക്കാൻ പോളിന് വയ്യായിരുന്നു.

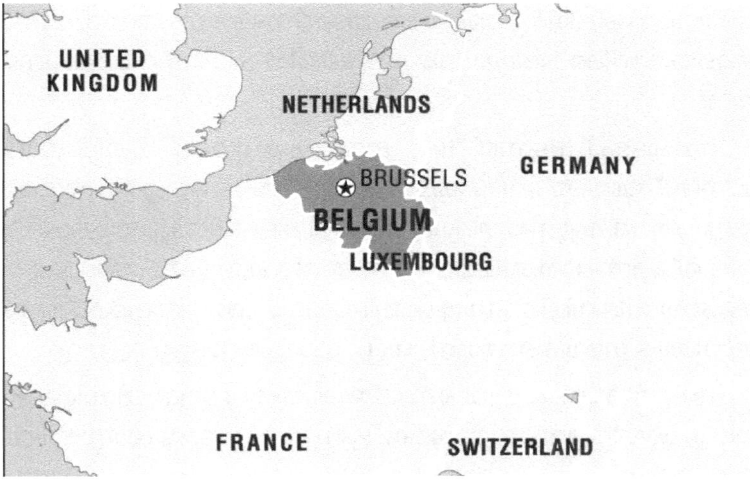

ഒടുവിൽ, പോൾ ഒരു തീരുമാനത്തിലെത്തി. താനിനി മേരിയെ ഒരു കാമുകിയായ് കാണില്ലെന്ന് അയാൾ ഭാര്യയ്ക്ക് വാക്കു കൊടുത്തു; മേരിയെ താനിനി ഒരു ചങ്ങാതിയായ് മാത്രമേ കാണൂ.

ഈ പ്രേമത്തിനിടയിലും മേരി വീണ്ടും ചരിത്രം സൃഷ്ടിക്കാനിരിക്കുകയായിരുന്നു. ഫ്രഞ്ച് അക്കാദമി ഓഫ് സയൻസസ്സിലേക്കുള്ള ആദ്യ സ്ത്രീ പ്രതിനിധിയായ് അവർ ആ വർഷം നിർദ്ദേശിക്കപ്പെട്ടു. സ്ത്രീകളെ തുല്യരായ് കാണാൻ ഫ്രാൻസ് തയ്യാറായെന്നാണോ ഇതിനർത്ഥം? തുല്യതക്ക് അനുകൂലമായും പ്രതികൂലമായും ശക്തമായ ചേരിതിരിവുകളുണ്ടായി. പല വൃത്താന്തപത്രങ്ങളും ഇതിനെതിരെ രോഷാകുലമായ ലേഖനങ്ങൾ പ്രസിദ്ധീകരിച്ചു: ഫ്രഞ്ച് അക്കാദമി പുരുഷന്മാരുടെ സ്വകാര്യ സമിതിയാണ്; പെണ്ണുങ്ങൾക്കവിടെയെന്ത് കാര്യം? പൊന്നുരുക്കുന്നിടത്ത് പൂച്ചയെന്തിന്? മദാം ക്യൂരി ലോകപ്രശസ്തയൊക്കെത്തന്നെ; പക്ഷേ, അവരുമൊരു പെണ്ണല്ലേ? അവരെ അക്കാദമിയിൽ കേറ്റരുത്- ഇങ്ങനെ പോയീ പത്രങ്ങളിലെ വാദങ്ങൾ.

മേരിക്ക് അംഗത്വം നൽകാനുള്ള വോട്ടെടുപ്പിന് സമയമായപ്പോൾപ്പോലും അവർക്ക് അക്കാദമിയിൽ കാലുകുത്താനുള്ള

അനുവാദം കിട്ടിയില്ല. അകത്തെന്താണ് നടക്കുന്നതെന്നറിയാനാകാതെ മേരിക്ക് അക്കാദമിക്കെട്ടിടത്തിന് പുറത്ത് നിൽക്കേണ്ടി വന്നു.

വോട്ടെടുപ്പ് നടന്നത് 1911 ജനുവരി 24നാണ്- കൃത്യം നാലു മണിക്ക്. മേരിക്ക് വോട്ടു കിട്ടിയില്ല. അവരുടെ സുഹൃത്തുക്കൾക്ക് വല്ലാത്ത ദേഷ്യമുണ്ടായി. പക്ഷേ, മേരി കുലുങ്ങിയില്ല. ഇതൊക്കെയെന്ത്, എന്ന ഭാവത്തിലായിരുന്നു അവർ. കാര്യം നടക്കാഞ്ഞാൽ കരഞ്ഞു നിലവിളിക്കുന്ന കൂട്ടത്തിലല്ലല്ലോ മേരി. അവർക്ക് മുഖ്യം അവരുടെ ഗവേഷണമാണ്; ഒപ്പം, പോളിനോടുള്ള പ്രേമവും.

1911, നവംബർ. മേരി ബെൽജിയത്തിലെ ബ്രസൽസിലേക്ക് യാത്രയായി. അവിടെ, അവർക്ക് പ്രധാനപ്പെട്ടൊരു ശാസ്ത്രസമ്മേളനമുണ്ടായിരുന്നു. സമ്മേളനത്തിൽ യൂറോപ്പിലെ മിക്ക പ്രമുഖ ശാസ്ത്രജ്ഞന്മാരും സംബന്ധിക്കും- ആൽബർട്ട് ഐൻസ്റ്റൈൻ അടക്കം. ഈ സമ്മേളനത്തിൽ സംബന്ധിക്കാൻ പോൾ ലാഷെവിനും പോയി.

മേരിയും പോളും ബ്രസൽസിൽ ഉണ്ടെന്ന വാർത്ത പോളിന്റെ ഭാര്യ, ഷീനയുടെ കാതുകളിൽ ആരോ എത്തിച്ചു. പിന്നെ, പറയേണ്ടല്ലോ! ഷീന ക്രോധം കൊണ്ട് വിറച്ചു. അവളുടെ സംശയരോഗം കൂടി - പോളിപ്പോഴും മേരിയുടെ കാമുകനാണ്! അവളെന്താണ് ചെയ്തതെന്നോ? ചെയ്തത് കടുങ്കൈയാണ് - പാരീസിലെ പത്രങ്ങൾക്ക് അവൾ മേരിയുടെ പ്രേമലേഖനങ്ങൾ അയച്ചുകൊടുത്തു. പത്രക്കാർ അങ്ങനെയൊന്ന് കിട്ടാൻ കാത്തിരിക്കുന്നവരല്ലേ? അവരീ അവസരം വെറുതേ കളയുമോ? ദുഷ്പ്രവാദത്തിന്റെ, മാനഹാനിയുടെ ഒരു പ്രളയം പൊട്ടിപ്പുറപ്പെട്ടു. പത്രങ്ങളിൽ നിത്യേനയെന്നോണം മേരിയേയും പോളിനേയും കുറിച്ചുള്ള നിറം പിടിപ്പിച്ച കഥകൾ വരാൻ തുടങ്ങി. ഫ്രഞ്ചുകാരിൽ പലരും മേരിയെ കുറ്റപ്പെടുത്തി. മേരിക്ക് അവിശ്വാസവും ഭീതിയും കോപവുമെല്ലാം ഒന്നിച്ചുവന്നു. അപവാദത്തിന്റെ ഛായ തന്റെ മക്കളെ ബാധിക്കാതിരിക്കാൻ അവർ ആഗ്രഹിച്ചു; തന്റെ ജോലിയെയും.

നേരംകെട്ടനേരത്താണ് ഈ കുഴപ്പമുണ്ടായത്. ആഘാതമുണ്ടാക്കിയ വാർത്ത വന്ന അതേ ആഴ്ച മേരിക്കൊരു കത്ത് വന്നിരുന്നു. കത്ത് നോബൽ സമ്മാനക്കമ്മിറ്റിയിൽനിന്നാണ് വന്നത്- കമ്മറ്റി അവർക്ക് വീണ്ടുമൊരു നോബൽ സമ്മാനം നൽകുകയാണ്! ഇത്തവണ അവർക്ക് ഒറ്റക്കാണ് സമ്മാനം. വിസ്മയിപ്പിക്കുന്ന ഒരു ബഹുമതി: ഇതുവരെ നോബൽ സമ്മാനം രണ്ടുതവണ കിട്ടിയവർ മൂന്നുപേരേയുള്ളൂ! പക്ഷേ, പത്രങ്ങളിൽ വരുന്ന നിറംപിടിപ്പിച്ച കഥകൾ നോബൽ സമ്മാനം നശിപ്പിക്കുമെന്ന് മേരി ആശങ്കിച്ചു. അവരുടെ ആശങ്ക അസ്ഥാനത്തായിരുന്നില്ല.

കുറച്ച് ആഴ്ചകൾ കഴിഞ്ഞതേയുള്ളൂ, നോബൽ സമ്മാനക്കമ്മറ്റി മേരിക്ക് രണ്ടാമതൊരു കത്തയച്ചു. പത്രങ്ങളിൽ വരുന്ന കഥകൾ ഹേതുവായി താൻ സമ്മാനം നിരസിക്കുകയാണെന്ന് പറയാൻ അവർ മേരിയോട് ആവശ്യപ്പെട്ടു; സ്റ്റോക്ഹോമിലേക്ക് മേരി വരേണ്ടതില്ലെന്നും അവർ അറിയിച്ചു. പക്ഷേ, ചരിത്രം സൃഷ്ടിക്കാനുള്ള ഈയൊരവസരം മേരി കളഞ്ഞുകുളിക്കാൻ തീരുമാനിച്ചില്ല. അവർ കമ്മറ്റിക്കെഴുതി:

"എന്റെ സ്വകാര്യ ജീവിതം എന്റെ സ്വകാര്യമാണ്. ഞാൻ സ്റ്റോക്ഹോമിലേക്ക് വരും; സമ്മാനം സ്വീകരിക്കും. ശാസ്ത്രത്തിനാണ് നിങ്ങൾ നോബൽ സമ്മാനം നൽകുന്നത്; എനിക്കല്ല. അതാണ് കാര്യം. മറ്റൊന്നും കാര്യമല്ല."

1911-ഡിസംബറിൽ മേരി സ്വീഡൻ രാജാവിനൊപ്പം ഒരു മുറിയിലിരുന്നു. രാജാവ് അവർക്കൊരു കനത്ത സ്വർണ്ണപ്പതക്കം നൽകി. തലയുയർത്തിപ്പിടിച്ച് മേരി ഒരു പ്രഭാഷണം നടത്തി. അതിനുശേഷം, മീനും കോഴിയും വീഞ്ഞുമൊക്കെയുള്ള ഒരു സദ്യയിൽ പങ്കെടുത്തു. അവരുടെ സന്തോഷം പങ്കിടാൻ കൂടെ രണ്ടു പേരുണ്ടായിരുന്നു - മകൾ ഐറീനും, സഹോദരി ബ്രോണിയയും. അവർക്കത് കോരിത്തരിപ്പിക്കുന്ന മുഹൂർത്തമായിരുന്നു. ഐറീന് അന്ന് പതിനാലു വയസ്സായിരുന്നു. ആയുഷ്കാലം മുഴുവൻ അവൾ ആ മുഹൂർത്തം മറന്നില്ല. സ്റ്റോക്ഹോമിലേക്കുള്ള ആ വിശേഷയാത്ര, പക്ഷേ, ഐറീന്റെ അവിടേക്കുള്ള അവസാനത്തെ യാത്രയായിരുന്നില്ല.

15

രണ്ടാമതും നോബൽ സമ്മാനം കിട്ടിയത് മേരിയെ സപ്തമസ്വർഗ്ഗത്തിലെത്തിച്ചിരിക്കണം. പക്ഷേ, പോളിനെയും തന്നെയും കുറിച്ചുള്ള ദുഷ്പവാദം അവരെ വല്ലാതെ തളർത്തിക്കളഞ്ഞിരുന്നു. എല്ലാ രീതിയിലും അവർക്ക് വയ്യാതായി- ഒരു ഭാഗത്ത് രോഗംകൊണ്ടുള്ള വലച്ചിൽ; മറുഭാഗത്ത് അപവാദത്തിന്റെ കൊടുങ്കാറ്റ്. ഒരാൾക്ക് വിഷാദരോഗം പിടിപെടാൻ ഇതിൽപ്പരം എന്തു വേണം? റേഡിയത്തിൽ നിന്നുള്ള വിഷബാധ അവർക്ക് ബലക്ഷയമുണ്ടാക്കിയത് പോട്ടെ, അതിന്റെ കൂടെ അവരെ ഇതര രോഗങ്ങളും വേട്ടയാടി.

കുറച്ചുകാലത്തേക്ക്, സത്യത്തിൽ കുറച്ചു കൊല്ലങ്ങളോളം, മേരി ഒളിവിൽ കഴിഞ്ഞു. പോളുമായുള്ള അവരുടെ പ്രേമത്തിന് തിരശ്ശീല വീണതാണ്. അവർ ആ കാര്യം മറന്നതാണ്. എന്നാൽ, ലോകം അതങ്ങനെ മറക്കുമോ? ലോകർ ആ പ്രേമം മറന്നില്ലെന്നു മാത്രമല്ല, മേരിയെ മാപ്പാക്കുകയും ചെയ്തില്ല. ലോകം പലപ്പോഴും ക്രൂരമാണ്. മറ്റുള്ളവരെ വേദനിപ്പിച്ചു സന്തോഷിക്കാൻ കിട്ടുന്ന അവസരം പാഴാക്കാത്ത സാഡിസ്റ്റാണ് (sadist) ആണ് ലോകം. പറഞ്ഞാൽ നിങ്ങൾ വിശ്വസിക്കുമോ എന്നറിയില്ല; മേരിയുടെ

വീടിനു നേരെ നാട്ടുകാർ കല്ലേറിയുക പോലുമുണ്ടായി. കല്ലുകൾ വീണ് ജാലകങ്ങൾ തരിപ്പണമായി. വിവരംകെട്ട നാട്ടുകാരുടെ കാര്യം അങ്ങനെ. പത്രക്കാരോ? അവർ മേരിയെക്കുറിച്ച് കഥക ളുണ്ടാക്കുന്നത് നിർത്തിയതേയില്ല.

നാട്ടുകാർ തന്നെ അനാവശ്യമായ് പഴിക്കുന്നത് മേരിക്ക് സഹിക്കാൻ പറ്റാവുന്നതിനുമപ്പുറത്തായിരുന്നു. അവർ പല സ്ഥലങ്ങളിലേക്കും മാറിമാറി യാത്ര പോയ്ക്കൊണ്ടിരുന്നു. ഈ യാത്രകളിൽ അവർ ഒറ്റക്കായിരുന്നു. കുട്ടികളെ ആയക്കൊപ്പം വീട്ടിൽ വിട്ടാണ് അവർ യാത്രകൾ പോയത്. പോകുന്നിടത്തെല്ലാം മേരി സ്വന്തം പേര് മാറ്റിപ്പറഞ്ഞു. മറ്റുള്ളവർ തന്നെ തിരിച്ചറിയരു തെന്ന് അവർക്ക് നിർബന്ധമായിരുന്നു. എങ്കിലും, പലരും അവരെ തിരിച്ചറിയാതിരുന്നില്ല. താരപരിവേഷമുള്ള ഒരു ശാസ്ത്രജ്ഞയല്ലേ അവർ? പോരാത്തതിന്, വൃത്താന്തപത്രങ്ങളിലെ മസാലക്കഥ യിലെ നായികയും. അവരെ മുഖപരിചയമുള്ള ആളുകൾ അവരോട് ചോദിക്കും:

"മദാം ക്യൂരിയല്ലേ, താങ്കൾ?"

"അല്ലല്ലോ," അതിനുത്തരമായ് അവർ നുണ പറയും.

മേരി അവസാനം യാത്ര പോയത് ഇംഗ്ലണ്ടിലേക്കാണ് - ഒരു ചങ്ങാതിയുടെ വീട്ടിലേക്ക്. അവിടെ ആരുടേയും ശല്യമില്ലാതെ കുറച്ചു നാളുകൾ കഴിച്ചുകൂട്ടി. ആ ഹ്രസ്വവാസം പാവം അവർക്ക് ഉന്മേഷം പകർന്നു. സന്തോഷത്തോടെ അവർ പാരീസിലേക്ക് തിരിച്ചു വന്നു; നേരെ തന്റെ ജോലിയിൽ വ്യാപൃതയായി.

കാലം ഉണക്കാത്ത മുറിവുകളില്ലെന്നാണ് പറയാറ്. കാലം കടന്നുപോയതോടെ മേരിയെക്കുറിച്ചുള്ള കഥകൾ ജനവും മറന്നു. മേരിക്ക് സ്വസ്ഥത കിട്ടി. അലട്ടലില്ലാതെ സ്വന്തം ജോലിയിൽ ശ്രദ്ധ കേന്ദ്രീകരിക്കാൻ മേരിക്കായി.

അവരുടെ മകൾ ഐറീൻ ഇപ്പോൾ വലിയ കുട്ടിയായി. അവൾ മേരിയുടെ ജോലിയിൽ പങ്കാളിയായി. അവർ രണ്ടുപേരും ശാസ്ത്രത്തെക്കുറിച്ചുള്ള ചർച്ചകളിൽ ഏർപ്പെട്ടു. പണ്ട്, പിയേ

മേരിയും ഐറീനും

ഉണ്ടായിരുന്നപ്പോൾ, അദ്ദേഹത്തിനൊപ്പമായിരുന്നു മേരിയുടെ ഇത്തരം ചർച്ചകൾ.

1914- മേരിയുടെ ഗവേഷണത്തിനു വേണ്ടി സ്വന്തമായൊരു വലിയ കെട്ടിടം നിർമ്മിച്ചു കിട്ടി. അതിന് ആദ്യം "റേഡിയം ഇൻസ്റ്റിട്യൂട്ട്" എന്നാണ് പേരിട്ടത്. പക്ഷേ, പിന്നീടാ പേരു മാറ്റി. അതിന്റെ പേര് "ക്യൂരി ഇൻസ്റ്റിട്യൂട്ട്" എന്നായി. അവിടെ തനിക്കും ഐറീനും, അധികം താമസിയാതെ, ഗവേഷണത്തിലേർപ്പെടാൻ കഴിയുമെന്ന് മേരി ആശിച്ചു. പക്ഷേ, ഈ ഗവേഷണസൗധം തുറന്ന് പ്രവർത്തിക്കാൻ തുടങ്ങുന്നതിനു മുമ്പ് ഒന്നാം ലോകമഹായുദ്ധം പൊട്ടിപ്പുറപ്പെട്ടു.

1914- ആണ് യുദ്ധം തുടങ്ങിയ വർഷം. സരയേവോ (Sarajevo) എന്ന നഗരത്തിൽനിന്നാണ് അതിന്റെ തുടക്കം. യുദ്ധത്തിന് തിരികൊളുത്തിയ സംഭവമെന്തെന്നോ? ആ നഗരത്തിൽവെച്ച്, 1914 ജൂൺ ഇരുപത്തിയെട്ടിന്, സെർബിയാക്കാരനായ ഒരു ദേശപ്രേമി ഓസ്ട്രോ-ഹംഗേറിയൻ സാമ്രാജ്യത്തിന്റെ

പിന്തുടർച്ചാവകാശിയായ ആർച്ച്ഡ്യൂക് ഫ്രാൻസ് ഫെർഡിനാൻഡിനെ വെടിവച്ചു കൊന്നു. കൊലയാളി, സെർബിയാ സാമ്രാജ്യത്തിന്റെ അനുയായിയായിരുന്നു. കൊല നടന്ന് ഒരു മാസത്തിനുള്ളിൽ ഓസ്ട്രിയൻ പട്ടാളം സെർബിയ ആക്രമിച്ചു. അധികം താമസിച്ചില്ല, യൂറോപ്പിലെ പല രാജ്യങ്ങളും അങ്ങോട്ടുമിങ്ങോട്ടും പോരടിക്കാൻ തുടങ്ങി. ഫ്രാൻസും, ഇംഗ്ലണ്ടും, റഷ്യയും ഒരു വശത്ത്; ജർമ്മനിയും, ഓസ്ട്രോ-ഹംഗറിയും മറുവശത്ത്. ആക്രമണകാരികൾ ജർമ്മനിക്കാരായിരുന്നു. അവർ ബെൽജിയത്തിലേക്കും ഫ്രാൻസിലേക്കും ഇടിച്ചു കയറി.

1917-ൽ അമേരിക്കയും യുദ്ധത്തിൽ ചേർന്നു - ഇംഗ്ലണ്ടിനെയും ഫ്രാൻസിനെയും രക്ഷിക്കാൻ. നാൽപ്പതു ലക്ഷത്തിലധികം അമേരിക്കൻ പട്ടാളക്കാരാണ് യൂറോപ്പിൽവെച്ച് ജർമ്മനിക്കാരോട് പടപൊരുതിയത്. യുദ്ധത്തിൽ ജർമ്മനി തോറ്റു; അമേരിക്കയും ഇംഗ്ലണ്ടും ഫ്രാൻസും ജയിച്ചു. 1918 നവംബർ 11ന് യുദ്ധം സമാപിച്ചു.

യുദ്ധകാലത്ത് ഫ്രാൻസിനുവേണ്ടി എന്തെങ്കിലും സഹായം ചെയ്യണമെന്ന് മേരിക്ക് തോന്നി. ആദ്യം ചെയ്യേണ്ടത് ഫ്രാൻസിലെ

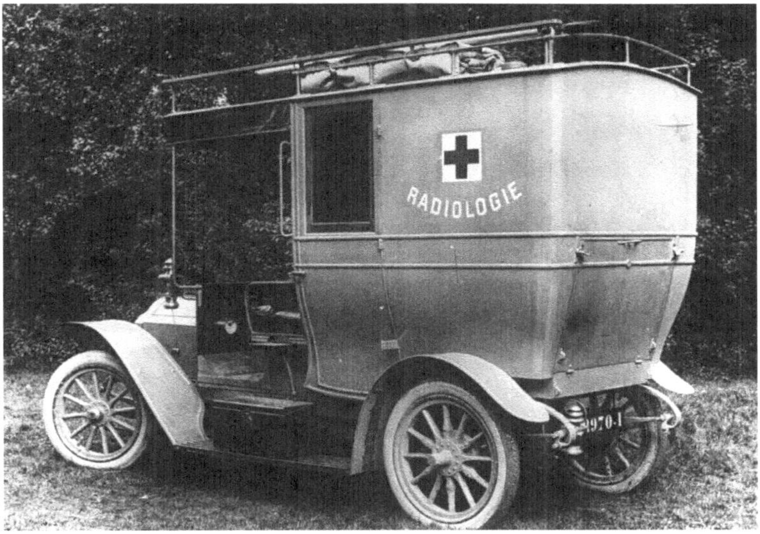

കൊച്ചുക്യൂരി

എല്ലാ റേഡിയവും ഒളിപ്പിക്കലാണെന്ന് അവർ വിചാരിച്ചു - ജർമ്മനിക്കാർക്ക് അവയുടെ മേൽ കൈവെക്കാൻ അവസരം കൊടുക്കരുത്. അവർ റേഡിയമെല്ലാം ഒരു വലിയ പെട്ടിയിലാക്കി തീവണ്ടി കയറി. ബോദോ (Bordeaux) യിലേക്കാണ് അവർ വച്ചുപിടിച്ചത്. പത്തുമണിക്കൂറുകളോളം യാത്രചെയ്ത് അവർ ബോദോയിലെത്തി; അവിടെയുള്ള ഒരു കോളജിലെ കലവറയിൽ അവർ റേഡിയം സൂക്ഷിച്ചു. പാരീസിലേക്ക് മേരി തിരിച്ചെത്തിയപ്പോൾ ദിവസം ഒന്നര കഴിഞ്ഞിരുന്നു. യാത്രയിൽ അവരൊന്നും തിന്നുകയോ കുടിക്കുകയോ ഉണ്ടായില്ല. ഒരു ദൗത്യത്തിലേർപ്പെട്ടാൽ മറ്റൊന്നും മേരിയുടെ ചിന്തയുടെ നാലയലത്തുപോലും വരാറില്ല.

ഇതിനുശേഷം, മേരി ഒരു കുഞ്ഞു X-റേ യന്ത്രമുണ്ടാക്കി- മുറിവേറ്റ പട്ടാളക്കാരുടെ സമീപത്തേക്ക് ആയാസമില്ലാതെയെത്തിക്കാൻ പറ്റുന്നൊരു യന്ത്രം. അവരാ യന്ത്രത്തിന് ഒരു പേരുമിട്ടു: "കൊച്ചുക്യൂരി". പോർക്കളങ്ങൾക്കരികിലെ ആശുപത്രികളിലേക്ക് ഈ കൊച്ചുക്യൂരികളെ മേരിയും ഐറീനും എത്തിച്ചു കൊടുത്തു. ഐറീനിന് അന്ന് പ്രായം പതിനേഴ്.

16

നാലുകൊല്ലമാണ് യുദ്ധം ഇരമ്പിയത്. യുദ്ധത്തിൽ ജർമ്മനി തോറ്റല്ലോ, ഫ്രാൻസ് ജയിച്ചല്ലോ. പാരീസിൽ, അതോടെ, സമാധാനമായി. ഐറീൻ മുടങ്ങിയ പഠിത്തം തുടർന്നു. പഠിച്ചുപഠിച്ച് അവളും വലിയൊരാളായി; ശാസ്ത്രജ്ഞയായി; മേരിക്കൊപ്പം ഗവേഷണം ചെയ്തു തുടങ്ങി.

അങ്ങനെയിരിക്കേ, ഒരു ദിവസം പോൾ ലാഷെവിൻ അവരുടെ ജീവിതത്തിലേക്ക് വീണ്ടും രംഗപ്രവേശം ചെയ്തു. അത് വിചിത്രമായ ഒരു വരവായിരുന്നു. തൻകാര്യത്തിനല്ലാ പോൾ മേരിയെ വന്നുകണ്ടത്. മേരിയോട് ഒരു വിദ്യാർത്ഥിക്കുവേണ്ടി സംസാരിക്കാനാണ് അയാൾ മേരിയെ സമീപിച്ചത്. വിദ്യാർത്ഥിയുടെ പേര്, ഫെദറിക് ഷോളിയോ (Frederic Joliot)- മേരിയുടെയും പിയേയുടെയും ആരാധകൻ. അയാൾക്ക് മേരിയുടെ ലാബിൽ ജോലി വേണമായിരുന്നു.

ഫെദറിക്കിന് മേരി ലാബിൽ പണി കൊടുത്തു. അതേ ലാബിലാണ് ഐറീനും ഗവേഷണം ചെയ്യുന്നത്. ഐറീനെ കാണേണ്ട താമസം, ഫെദറിക് പ്രേമപരവശനായി. ഫെദറിക്കിനെ കുറ്റം പറയാൻ പറ്റില്ല. ഐറീനെ കണ്ടാൽ ആരും

ഫെദറിക് ഷോളിയോ

പ്രേമിച്ചുപോകും. മേരിക്ക്, പക്ഷേ, അയാളെ വിശ്വാസമില്ലായിരുന്നു. ക്യൂരി കുടുംബം പ്രശസ്തമായതുകൊണ്ടാണ് അയാളീ അടുപ്പം കാണിക്കുന്നതെന്നാണ് അവർ വിചാരിച്ചത്. പക്ഷേ, പോകെപ്പോകെ, മേരിക്ക് ഫെദറിക്കിനെ ഇഷ്ടമായി. ഐറീനെ അവർ അയാൾക്ക് വിവാഹം ചെയ്തുകൊടുത്തു. 1926 ഒക്ടോബർ മൂന്നിനാണ് ഐറീനും ഷോളിയോയും ദമ്പതികളായത്.

റേഡിയത്തിന് രോഗനിവാരണശേഷിയുണ്ടെന്ന് മേരി സംശയിച്ചിരുന്നു. അതിനെ ക്യാൻസർ ചികിത്സയ്ക്ക് പ്രയോജനപ്പെടുത്താൻ കഴിയുമെന്ന് അവർക്ക് തോന്നി. അവരുടെ ആ തോന്നൽ ശരിയാണു താനും. പിന്നീടുള്ള തന്റെ ജീവിതം ആളുകളെ റേഡിയം കൊണ്ട് സഹായിക്കുന്നതിനാണ് അവർ ഉഴിഞ്ഞുവെച്ചത്. ഇക്കാലത്ത് ഐറീനും ഫെദറിക്കും അവരുടേതായ ഗവേഷണങ്ങളിൽ വ്യാപൃതരായിരുന്നു. മേരിക്ക് വയസ്സേറെയായപ്പോൾ, രോഗങ്ങൾ വല്ലാത്ത ശല്യമായപ്പോൾ, റേഡിയം ഇൻസ്റ്റിട്യൂട്ടിന്റെ ചുമതല ഐറീൻ ഏറ്റെടുത്തു.

മേരി ക്യൂറിയുടെ ശവകുടീരം

1934. മേരിക്ക് ക്ഷീണം വീണ്ടും കലശലായി. റേഡിയം, ഒടുവിൽ, അവരെ കീഴടക്കുകയായിരുന്നു. അവർ മരിക്കുകയായിരുന്നു. അവർക്ക് വിശ്രമത്തിനായി അവരെയുംകൊണ്ട് ഇളയ മകൾ ഈവ് ഫ്രാൻസിലെ പർവ്വതനിരകളിലേക്ക് പോയി. പക്ഷേ, അതുകൊണ്ടൊന്നും കാര്യമുണ്ടായില്ല. മേരി മരിക്കുകയാണുണ്ടായത്. ആ വർഷം ജൂലായ് നാലിനാണ് അവർ അന്ത്യശ്വാസം വലിച്ചത്. മരിക്കുമ്പോൾ അവർക്ക് അറുപത്തിയാറ് വയസ്സായിരുന്നു.

മേരിയുടെ സാമഗ്രികളെല്ലാം വളരെയേറെ അപകടകാരികളായിരുന്നു - അവരുടെ തുണികൾ, പുസ്തകങ്ങൾ, നോട്ടുബുക്കുകൾ, മറ്റു സ്വകാര്യസാമഗ്രികളെല്ലാം. അവയെല്ലാം റേഡിയോആക്ടീവ് ആയിക്കഴിഞ്ഞിരുന്നു. ലാബിൽ അവരുപയോഗിച്ച സർവ്വതും റേഡിയം ബാധയേറ്റിരുന്നു. നേരുപറഞ്ഞാൽ, നൂറുകൊല്ലങ്ങൾ കഴിഞ്ഞിട്ടും അവയെല്ലാം റേഡിയോആക്ടിവായിത്തന്നെ നിലകൊണ്ടു. അവയെ സ്പർശിക്കുന്നത് അപ്പോഴും അപകടകരമായിരുന്നു.

പിയേ മരിച്ചപ്പോൾ അദ്ദേഹത്തെ അടക്കം ചെയ്തത് അദ്ദേഹം വളർന്നുവന്ന ഗ്രാമത്തിലാണ്. പിയേക്കരികിൽത്തന്നെയാണ് മേരിയെയും അടക്കിയത്.

മേരി ക്യൂരി മ്യൂസിയം

മഹത്തായ ക്യൂരി കുടുംബത്തിന്റെ ഖ്യാതി ഇവിടംകൊണ്ട് അവസാനിക്കുന്നില്ല. മേരി മരിച്ച അടുത്ത കൊല്ലം, ഐറീന് നോബൽ സമ്മാനം കിട്ടി; ഐറീന് മാത്രമല്ല, ഫെദറിക് ഷോളിയോ ക്യൂരിക്കും. രണ്ടുപേർക്കും രസതന്ത്രത്തിനുള്ള സംഭാവനക്കാണ് സമ്മാനം കിട്ടിയത്.

ഐറീനും ഫെദറിക്കിനും കുട്ടികൾ രണ്ടാണ് - ഒന്ന്, ഹെലൻ; രണ്ട്, പിയേ. രണ്ടുപേരും വളർന്നു വലുതായപ്പോൾ ശാസ്ത്രജ്ഞരായി. രസകരമായ ഒരു കാര്യം പറയട്ടേ? ഹെലൻ കല്യാണം കഴിച്ചത് പോൾ ലാഷെവിന്റെ പേരക്കിടാവിനെയാണ്. എന്താ, അല്ലേ? അയാളും ശാസ്ത്രജ്ഞൻ തന്നെ!

മേരിയുടെ ഇളയ മകൾ ഈവിന്റെ കാര്യമോ? അവൾ ശാസ്ത്രജ്ഞയൊന്നുമായില്ല; പകരം, എഴുത്തുകാരിയായി. അമ്മയെക്കുറിച്ച് ഈവ് ഒരു പുസ്തകമെഴുതിയിട്ടുണ്ട് - "മദാം ക്യൂരി" എന്ന പേരിൽ. ആ പുസ്തകം പുറത്തിറങ്ങിയതോടെ മേരി അമേരിക്കയിലും പ്രശസ്തയായി.

ശാസ്ത്രലോകത്തിലെ സ്ത്രീകളുടെ കൂട്ടത്തിൽ മേരിക്കാണ് ഏറ്റവും കൂടുതൽ ഖ്യാതി- ഇന്നും അവരുടെ പേരിൽ അറിയപ്പെടുന്ന

കെട്ടിടങ്ങൾ ധാരാളമാണ്. അവരുടെ ജീവിതവും ജോലിയും ഗവേഷണവിധേയമാക്കിക്കൊണ്ടുള്ള രണ്ടു മ്യൂസിയങ്ങളുണ്ട്. പോളണ്ടിലെയും ഫ്രാൻസിലെയും ചില നാണ്യങ്ങളിൽ മേരിയുടെ ചിത്രം കാണാം.

1995-ൽ ഫ്രാൻസ് മേരിയുടെയും പിയേയുടെയും മൃതദേഹങ്ങളുള്ള പേടകങ്ങൾ കുഴിച്ചെടുക്കാൻ നിശ്ചയിച്ചു. ആ പേടകങ്ങൾ പാന്തിയോണിലേക്ക് (Pantheon) മാറ്റാനാണ് അവർ ഉദ്ദേശിച്ചത്. പാരീസിലുള്ള അതിപുരാതനമായൊരു കെട്ടിടമാണ് പാന്തിയോൺ. അവിടെയാണ് ഫ്രാൻസിലെ സുപ്രശസ്തരായവരെല്ലാം അന്ത്യവിശ്രമം കൊള്ളുന്നത്. ക്യൂരികളെ അവിടേക്ക് കൊണ്ടുവന്നപ്പോൾ, ഗംഭീരമായ ആ ചടങ്ങിൽ പങ്കുകൊള്ളാൻ, ഫ്രാൻസിന്റെ പ്രസിഡണ്ടുമെത്തി. അതേ, ഒടുവിൽ, മേരിയൊരു പെണ്ണായിരുന്നുവെന്നത് നിസ്സാരമായ ഒരു കാര്യമായി. അവർക്ക് കിട്ടാവുന്നതിൽ വെച്ച് ഏറ്റവും വലിയ ബഹുമതി അങ്ങനെ കിട്ടി- അവർ ശരിക്കും അർഹിക്കുന്ന ബഹുമതി. അവരുടെ ഗവേഷണം ലോകത്തെ മാറ്റി; അവരുടെ പേരോ, അനശ്വരമായി.

“ലോകം, മദാം ക്യൂരി എന്ന പേരിലറിയുന്ന വിനയാന്വിതയായ ഈ സ്ത്രീയെപ്പോലെ മനുഷ്യവംശത്തിന്റെ ക്ഷേമത്തിനും

ശാസ്ത്രപുരോഗതിക്കും വേണ്ടി ഇത്രയേറെ സംഭാവന ചെയ്തവർ വളരെ വിരളമാണ്."

ഐൻസ്റ്റൈന്റെ ഈ വാക്കുകൾ എത്ര ശരിയാണ്!

"ലോകത്തിൽ ഭയപ്പെടാനുള്ളതൊന്നുമില്ല; മനസ്സിലാക്കാനുള്ളതേയുള്ളൂ. (ആൽഫ്രഡ്) നൊബേലിനെപ്പോലെ ചിന്തിക്കുന്ന ഒരാളാണ് ഞാൻ: പുതിയ പുതിയ കണ്ടുപിടുത്തങ്ങളിൽ നിന്ന് മനുഷ്യരാശി തിന്മയേക്കാൾ നന്മയാണ് സ്വീകരിക്കുക."

ഇവ മേരിയുടെ വാക്കുകളാണ്. ആ വാക്കുകൾ നമുക്കും പ്രചോദനമാകട്ടെ.

Madame Curie, discoverer of radium, and one of her daughters, photographed on their arrival in the United States. Madame Curie has come to this country to receive a gram of radium, valued at $100,000, to be presented to her by American women.—Central News photo.

അനുബന്ധം:

മേരി ക്യൂരിയുടെ ജീവിതത്തിന്റെ കാലക്രമണിക

1. 1867 മേരി സ്കൊഡൊവ്സ്ക പോളണ്ടിൽ ജനിക്കുന്നു.
2. 1883 പതിനഞ്ചാമത്തെ വയസ്സിൽ ഹൈസ്കൂളിൽ നിന്ന് ഒന്നാമതായി പാസാകുന്നു.
3. 1891 സോർബണിൽ പഠിക്കാനായി പാരീസിൽ എത്തുന്നു.
4. 1895 മേരി പിയേയെ വിവാഹം ചെയ്യുന്നു
5. 1897 മൂത്ത കുട്ടി, ഐറീൻ ജനിക്കുന്നു.
6. 1898 രണ്ടു പുതിയ മൂലകങ്ങൾ കണ്ടുപിടിക്കുന്നു.
7. 1902 ശുദ്ധറേഡിയം അരിച്ചെടുക്കുന്നു.
8. 1903 പിയേയ്ക്കൊപ്പം റേഡിയോആക്ടിവിറ്റിയുടെ പേരിൽ നൊബേൽ സമ്മാനം കിട്ടുന്നു.
9. 1904 പിയേ സോർബണിൽ പ്രൊഫസറാകുന്നു; ഇളയ കുട്ടി, ഈവ് പിറക്കുന്നു.
10. 1906 പിയേ കുതിരവണ്ടി തട്ടി മരിക്കുന്നു; പിയേയുടെ സോർബണിലെ ജോലി ഏറ്റെടുക്കുന്നു.
11. 1911 രണ്ടാമതും നൊബേൽ സമ്മാനം കിട്ടുന്നു.
12. 1914 X-റേ യന്ത്രം കണ്ടുപിടിക്കുന്നു.
13. 1926 മകൾ ഐറീൻ ഫെദറിക് ഷോളിയോയെ വിവാഹം കഴിക്കുന്നു.
14. 1934 അറുപത്തിയാറാമത്തെ വയസ്സിൽ മരണം സംഭവിക്കുന്നു.

References

1. *Madame Curie: A Biography, Eve Curie; 1937*
2. *Obsessive Genius: The Inner World of Marie Curie, Barbara Goldsmith, 2005*
3. *Who Was Marie Curie? Megan Stein; 2014*